சுஜாதா

இந்திய இலக்கியச் சிற்பிகள்
சுஜாதா

இரா. முருகன்

சாகித்திய அகாதெமி

Sujatha: Monograph in Tamil by R. Murugan, Sahitya Akademi, New Delhi, (Reprint 2024), Rs. 100/-

உரிமை © சாகித்திய அகாதெமி

ஆசிரியர்	:	இரா. முருகன்
பொருள்	:	இந்திய இலக்கியச் சிற்பிகள்
வெளியீடு	:	சாகித்திய அகாதெமி
முதல் பதிப்பு	:	2020
இரண்டாம் பதிப்பு	:	2022
மூன்றாம் பதிப்பு	:	2024
ISBN	:	978-93-6183-648-0
விலை	:	ரூ. 100/-

All rights reserved. No part of this book may be reproduced or utilized in any form or by any means, electronic or mechanical including photocopying, recording or by any information storage and retrival system, without permission in writing from Sahitya Akademi.

சாகித்திய அகாதெமி

தலைமை அலுவலகம் : இரவீந்திர பவன், 35, பெரோஸ்ஷா சாலை, புது தில்லி 110 001. secretary@sahitya-akademi.gov.in | 011-23386626/27/28.

விற்பனை அலுவலகம் : 'ஸ்வாதி' மந்திர் சாலை, புது தில்லி 110 001 sales@sahitya-akademi.gov.in | 011-23745297, 23364204.

கொல்கத்தா 4, டி.எல். கான் சாலை, கொல்கத்தா 700 025 rs.rok@sahitya-akademi.gov.in | 033-24191683/24191706.

சென்னை குணா வளாகம், 443, இரண்டாம் தளம், அண்ணா சாலை, தேனாம்பேட்டை, சென்னை 600 018. chennaioffice@sahitya-akademi.gov.in 044-24311741 | 24354815

மும்பை 172, மும்பை மராத்தி கிரந்த சங்கிரகாலய சாலை, தாதர், மும்பை 400 014 rs.rom@sahitya-akademi.gov.in 022-24135744 | 24131948.

பெங்களூரு மத்தியக் கல்லூரி வளாகம், பல்கலைக்கழக நூலக கட்டிடம், டாக்டர் அம்பேத்கர் வீதி, பெங்களூரு 560 001 rs.rob@sahitya-akademi.gov.in. 080-22245152, 22130870.

ஒளி அச்சு : R. Udhayabaskar, Chennai
அச்சகம் : **Pavai Printers (P) Ltd.,** Royapettah, Chennai - 600 014.
Visit our website at http://www.sahitya-akademi.gov.in

பொருளடக்கம்

தலைப்பு	பக்கம்
1 வரலாறு	7
2 புனைவிலக்கிய மதிப்பீடுகள்	16
3 சில சிறுகதைகள்	21
4 அறிவியல் புனைவு	32
5 அறிவியல் கட்டுரைகள்	46
6 அறிவியல் அல்லாத மற்ற கட்டுரைகள்	54
7 நாடகங்கள்	64
8 ஸ்ரீரங்கத்துக் கதைகள்	75
9 வரலாற்றுப் புதினங்கள்	88
10 அரசு இயல் புதினங்கள்	95
11 திரைப்படத்துறை பற்றிய எழுத்து	100
12 வரும் தலைமுறைக்கான எழுத்து	109
13 திருமதி சுஜாதாவோடு நேர்காணல்	122

1 – வரலாறு

தமிழ் எழுத்தாளர்களில் மிகப் பிரபலமானவர்களில் ஒருவர் ஸ்ரீரங்கம் ரங்கராஜன்.

இப்படி ஸ்ரீரங்கம் ரங்கராஜன் என்று பெயர் சொன்னால், யார் அவர் என்று கேட்கிற தமிழ் இலக்கிய வாசகர்கள் நிறைய இருப்பார்கள். தமிழ் இலக்கியப் பரப்பில் அந்தப் பெயர் பெரும்பாலும் அறிமுகம் ஆகாமலேயே கடந்து போய்விட்டது. ஆனாலென்? சுஜாதா என்று சொல்லிப் பாருங்கள். உடனே புரியும். எழுத்தாளர் ஸ்ரீரங்கம் ரங்கராஜனின் புனைபெயர் தான் சுஜாதா.

ஆக, ரங்கராஜன் என்ற இயற்பெயரை விட, சுஜாதா என்ற அவருடைய மனைவியின் பெயர் இன்னும் எத்தனையோ தலைமுறைத் தமிழர்கள் உச்சரித்துக் கொண்டே இருக்கப் போகும் புகழ் பெற்றுவிட்டது.

இந்த நூல் சுஜாதாவை, அவருடைய பன்முகத்தன்மை கொண்ட எழுத்தைப் பற்றியது. நூலில் ரங்கராஜன் என்று அங்கங்கே வரும் குறிப்புகள் எல்லாம் சுஜாதாவைப் பற்றியவையே என்று நினைவு வைத்துக் கொள்ளுதல் நலம். கூடவே இந்த நூல் பரப்பில் சுஜாதா என்ற ஒரு பெண்ணின் பெயர் ஓர் ஆணைக் குறிப்பதையும் பழக்கப்படுத்திக் கொள்ளல் நலம்.

சுஜாதா 1930-களில் பிறந்தவர். 1950-களின் புத்திளைஞர்.

அவருக்கு ஒரு தலைமுறை முந்திய, 1930, 1940-களின் சுதந்திரப் போராட்ட கால இளைஞர்கள் கொடுத்து வைத்தவர்கள். தங்களை முற்றாகப் பிணைத்துக்கொண்டு சொந்த வாழ்க்கையின் அவலங்களையும் அபத்தங்களைப் புறம் தள்ளிச் செயல்பட அவர்களுக்குத் தேச விடுதலைப் போராட்டம் இருந்தது. சுஜாதாவுக்கு ஒரு தலைமுறை பின் வந்த 1960-களின் இளைஞர்கள் அதிர்ஷ்டசாலிகள். எல்லாத் துயரங்களையும் ஏமாற்றங்களையும் மறந்து முற்றாக ஈடுபட்டு அமிழ, மொழியுரிமைப் போராட்டம் இவர்களுக்குப் பற்றுக்கோடானது. ஆனால், 1950-களின் இளைஞர்கள்?

உணர்ச்சிகரமாகப் பற்றிக்கொண்டு, இதை அடையவே உயிர் வாழ்கிறேன் என்று முன்னே போக மாபெரும் லட்சியங்கள் ஏதும்

இவர்களுக்கு இல்லை. அது உணர்ச்சி பூர்வமாகப் பிரச்சனைகளை அணுகுவது கட்டுக்கு வந்து, பொறுப்போடு எதிர்காலத்தைக் கட்டமைக்க வழிமுறைகள் வகுக்கப்பட்ட நிதானம் மிகுந்த காலம். அந்தக் காலகட்டத்தின் முக்கியமான பேசுபொருளும், மாபெரும் நிகழ்வுகளுமானவை ஜனநாயக சோஷலிசமும், சர்வதேச அரங்கில் இடம், வலம் என்று அணிசேரா நடுநிலைமையும். புதிய இந்தியாவின் திருக்கோவில்களான அணைக்கட்டுகளும், எஃகுத் தொழிற்சாலைகளும், நெடுஞ்சாலைகளும், விவசாய மறுமலர்ச்சியும் பிரம்மாண்டமாக எழத் தொடங்கிய காலம் அது. சமூகக் கட்டமைப்பில் மேலும் கீழும் இடையிலும் பிறந்த எல்லோருக்கும் கல்வி பயில சம வாய்ப்பு தரும், உலகத் தரத்திலான கல்விக்கூடங்கள் அப்போதுதான் ஏற்படுத்தப்பட்டன. இவையெல்லாம் வீர வழிபாட்டுக்கான விஷயங்களில்லை. நாட்டில் சமூக நலம் செழிக்கவும், தேசப் பொருளாதாரத்தைச் சரியாகச் சுவடு வைத்து நடத்திப் போகவும், சர்வதேச அரசியலைச் சீர்படுத்தவும், வெகுவாக வழிசெய்தவை இவை.

50-களின் இளைஞர்கள், எதையாவது சார்ந்தோ எதிர்த்தோ அல்லாமல், தங்களை அடையாளம் காணவும் காட்டவும் வேண்டிய அவசியத்துக்கு ஆளானார்கள். இவர்களில் ரங்கராஜனும் ஒருவர்.

சுஜாதா 1935-ஆம் ஆண்டு மே மாதம் 3-ஆம் தேதி சென்னையில் ஒரு பழம்பெரும் பகுதியான திருவல்லிக்கேணியில் பிறந்தார். "இப்போதும் அந்த வீடு இருக்கிறது. 33-ஏ, தெற்குக் குளத்தங்கரைத் தெரு. பார்த்தசாரதி கோயிலுக்கு அருகில்" என்று குறிப்பிடுவார் அவர்.

சுஜாதாவின் தந்தையார் சீனிவாச ராகவன் அரசாங்க மின் துறையில் - அப்போது அது மின்சார வாரியமாகவில்லை - தலைமைப் பொறியாளராகப் பணியாற்றியவர். அம்மா கண்ணம்மா, ஓரளவுக்கு வசதியான குடும்பத்தைத் தாய்வீடாகக் கொண்டவர். சுஜாதா சொல்வார் - "சரியாக எழுபது ஆண்டுகளுக்கு முன், வீட்டுக் காரியங்கள் எல்லாம் முடித்துவிட்டு, வலியெடுத்து, எந்தவித உதவியும் இல்லாமல், அப்பா மருத்துவச்சியை அழைத்து வருவதற்குள், என்னைப் பெற்றெடுத்தார், என் அம்மா கண்ணம்மா".

தந்தையார் அடிக்கடி பணியின் நிமித்தம் வெவ்வேறு ஊர்களுக்கு வேலை மாற்றம் பெற்று வந்தார். இந்தக் காரணத்தால், ரங்கராஜனின்

படிப்பு கெடக்கூடாது என்ற நோக்கத்தில் அவர் ஸ்ரீரங்கத்தில் அவருடைய தந்தைவழிப் பாட்டி இல்லத்தில் இருந்து படிக்கக் குடும்பம் முடிவு செய்தது. கோதை அம்மாள் என்கிற ருக்மணி பாட்டியின் பராமரிப்பில், பள்ளிக் கல்வி முடிக்கும் வரை சுஜாதா ஸ்ரீரங்கத்து வாசியாக இருந்தார்.

சுஜாதாவின் உடன் பிறந்தோர்? அவருடைய மூத்த சகோதரர் திரு கிருஷ்ணமாச்சாரி மருத்துவர், இளையவர் ராஜகோபாலன் தொலைபேசித் துறையில் பொறியியலாளர். ஒரே தங்கை விஜி மூன்று வயதில் இறந்து போனார்.

இலக்கியமும் ஆன்மிகமும் ஓஹோ என்று கொண்டாடினாலும், திருவரங்கம் என்ற ஸ்ரீரங்கம், அடிப்படையில் சின்னஞ்சிறு ஊர். அங்கே, கண்ணாடி ஜன்னல் எகிற, தெரு கிரிக்கெட் ஆடுவதில் மகிழ்ச்சியும், வால்வ் ரேடியோவில் கிரிக்கெட் நேர்முக வர்ணனை கேட்பதில் ஆனந்தமும், 'சீசந்தி'க்கு - கண்ணன் பிறந்த ஸ்ரீஜெயந்தி - கவிழ்த்துப் போட்ட முக்காலிக்குள் கண்ணன் படம் வைத்துச் சுமந்துகொண்டு நாலு வீதி சுற்றி வரும் சந்தோஷமும் அடைந்த சராசரிச் சிறுவன் ரங்கராஜன்.

தன் பள்ளிப் பருவம் பற்றி சுஜாதா சொல்கிறார் -

"ஸ்ரீரங்கம் பள்ளியில் பள்ளியிறுதி வகுப்புவரை எட்டு வருஷம் படித்தேன். அப்படி ஒன்றும் சிறப்பான மாணவனாக இல்லை. எனக்குக் கிடைத்த ஒரே ஒரு பரிசு, திருச்சி ரேடியோ அண்ணாவிடம் ஸ்ரீரங்கம் சிறுவர் சங்கம் சார்பாக வானொலிக்கு சென்றபோது கொடுத்த ஒரு கதர் துண்டு. ஏதோ அப்பா அம்மாவுக்கு கவலை கொடுக்காமல் பாஸ் பண்ணிவிடுவேன். விளையாட்டுக்காகவோ, படிப்பில் நிறைய மார்க்கு வாங்கினதுக்காகவோ மெடல் ஏதும் வாங்கியதாக சுத்தமாக நினைவில்லை".

கொஞ்சம் வளர்ந்து, சைக்கிளில் திருச்சி போய் மைதானத்தில் உள்ளூர் அணிகளின் கால்பந்து விளையாட்டை ரசித்து, கோல் கீப்பரை அன்போடு திட்டி, சோனியாக எதிர்ப்படும், முகத்தில் பவுடர் அப்பிய இளம் பெண்ணை ஓரக் கண்ணால் பார்த்து மகிழ்ந்த இன்னொரு சராசரி இளைஞன் சுஜாதா. இதோடு கு.ப.ராஜகோபாலன், தி.ஜானகிராமன் என்று இலக்கியத் தேடல்.

நூறாண்டு கால வரலாறு கொண்ட ஸ்ரீரங்கம் ஆண்கள் உயர்நிலைப் பள்ளியில் பள்ளிக் கல்வியைச் சிறப்பாக முடித்தார் ரங்கராஜன். அடுத்து, இயற்பியலில் (Physics) பட்டப் படிப்புக்கு, அருகில் உள்ள நகரமான திருச்சிராப்பள்ளியில் புனித ஜோசப் கல்லூரியில் சேர்ந்து, 1954-இல் பட்டம் பெற்றார்.

இதற்கிடையே 1953-இல், அவர் பதினெட்டு வயதாக இருந்தபோது 'ஹிம்சை' என்ற பெயரில் ஒரு சிறுகதை எழுதி, ரங்கராஜன் என்ற தன் இயற்பெயரில், திருச்சியிலிருந்து கவிஞர் திருலோக சீதாராம் வெளியிட்டு வந்த 'சிவாஜி' பத்திரிகைக்கு அனுப்பினார். அது பிரசுரமானது.

அந்த நிகழ்வைப் பின்னாட்களில் சுஜாதா நினைவு கூர்ந்தது இப்படித்தான் :

"கதை வெளிவந்த போது திருச்சி நகரமே அலம்பி விட்டாற்போல இருந்தது. அந்த வட்டாரத்தில் 'சிவாஜி' இதழின் காப்பிகள் கடகடவென்று விற்றுத் தீர்ந்து விட்டன, எல்லாவற்றையும் நானே வாங்கி விட்டதால்".

சுஜாதாவின் தமிழ் ஆர்வத்தைத் தூண்டி ஒளிர வைத்ததில் ஜோசப் கல்லூரி தமிழ்ப் பேராசிரியர்கள் திரு ஐயம்பெருமாள் கோனார், திரு ஜோசப் சின்னப்பா ஆகியோருக்குப் பங்குண்டு.

எனினும், தொடர்ந்து எழுதுவதில் குறிப்பிடத் தகுந்த ஆர்வம் இல்லாமல், கல்வியில் தீவிரமான ஈடுபாடு கொண்டிருந்த காலம் அது.

மின்னணுத் துறையில் தொழில்நுட்பக் கல்வி கற்றுப் பட்டம் பெற, அடுத்து அவர் சென்னையில், மெட்ராஸ் இன்ஸ்டிட்யூட் ஆஃப் டெக்னாலஜி என்ற எம்.ஐ.டி கல்வி நிறுவனத்தில் மாணவரானார்.

இந்தியக் குடியரசின் முன்னாள் ஜனாதிபதி திரு ஏ.பி.ஜெ. அப்துல் கலாம், திருச்சி புனித ஜோசப் கல்லூரியில் சுஜாதாவுக்கு சக மாணவர் ஆவார். சென்னையில் எம்.ஐ.டியிலும் இருவரும் சக மாணவர்களே. சுஜாதா மின்னணுவியல் படிக்க, கலாம் விமானவியல் கற்றார். இருவரும் எம் ஐ டி கல்லூரி காலத்தில் தமிழில் அறிவியல் கட்டுரை எழுதிப் பரிசு பெற்றது குறிப்பிடத் தகுந்தது. சுஜாதாவின் கட்டுரை முடிவிலாக் கணிதம் (Indefinite mathematics) பற்றியது. கலாம் கட்டுரை, விமானக் கட்டுமானம் பற்றியது.

எம்.ஐ.டியில் படிப்பு முடித்து, விமானப் போக்குவரத்துத் துறையில் (சிவில் ஏவியேஷன்) தேர்வாகி, விமானப் போக்குவரத்து கண்காணிப்பாளராக (Air Traffic Controller) சென்னை மீனம்பாக்கம் விமான நிலையத்தில் பணி புரிந்தார் சுஜாதா. பிறகு முதல் வகுப்பு தொழில்நுட்ப நிர்வாகி (Class 1 Technical Officer) ஆகப் பணியும் பணியிடமும் மாறி தில்லி சென்றார்.

அந்த ஆண்டே (1962) அவருக்குத் திருமணம் ஆனது.

சென்னை மயிலாப்பூரைச் சேர்ந்தவர் ரங்கராஜன் மணம் புரிந்த சுஜாதா. ரங்கராஜனின் மனைவியான சுஜாதாவின் தகப்பனார் மின் துறையில், ரங்கராஜனின் தந்தையாருக்குக் கீழே துணைப் பொறியாளராகப் பணி புரிந்தவர். வேலூரைச் சேர்ந்த குடும்பம் அவர்களுடையது.

திருமதி சுஜாதா, சென்னை எத்திராஜ் கல்லூரியில் பொருளாதாரத்தில் பட்டம் பெற்றவர். திருமணம் நிகழ்ந்த போது சுஜாதாவுக்கு இருபத்தேழும், திருமதி சுஜாதாவுக்கு இருபதும் வயது. அன்பும் பரிவும் நிறைந்த தம்பதியராக அவர்கள் அடுத்த ஐம்பது ஆண்டுகளும் அதற்கு மேலும் சிறப்பான இல்வாழ்க்கை நடத்தினார்கள்.

பதினான்கு வருட தில்லி வாசத்தின் பிறகு, சிவில் ஏவியேஷன் பணியைத் துறந்து, பொதுத்துறை நிறுவனமான பாரத் எலக்ட்ரானிக்ஸில் வேலைக்குச் சேர்ந்தார் சுஜாதா. தில்லியிலிருந்து பெங்களூருக்கு அவர்களின் சிறு குடும்பம் இடம் மாறியது.

பெங்களூருக்கு வந்தது முதல் பணி ஓய்வு பெறும் வரை அவர் பாரத் எலக்ட்ரானிக்ஸில் பணி புரிந்தார். அங்கே நிர்வாக அதிகாரியிலிருந்து, படிப்படியாகப் பதவி உயர்வு பெற்று, ஆராய்ச்சிப் பிரிவில் பொது மேலாளர் பதவி வரை வகித்துத் திறம்பட செயல்பட்டார்.

பணி ஓய்வு பெற்ற சுஜாதாவின் குடும்பம் 1993-இல் சென்னைக்கு இடம் பெயர்ந்தது.

சுஜாதாவின் தீவிர எழுத்தாக்கம் எப்போது தொடங்கியது? 'எழுத்துப் பூச்சி' சுஜாதாவைக் கடித்தது அவருடைய தில்லி வாசத்தின் போது இருக்கக் கூடும். அலுவலகப் பணிக்காக அடிக்கடி சுஜாதா

பயணம் மேற்கொண்ட தில்லி வாழ்க்கைக் காலத்தில் தான் அவர் தமிழிலும் ஆங்கிலத்திலும் நிறையப் படித்தார். எழுதவும் முயன்றார். எழுத்தார்வம் உந்த, தன் நண்பர் ஒருவர் எழுதிய துப்பறியும் சிறுகதையைத் திருத்திக் கொடுக்க, அக்கதை வார இதழில் பிரசுரமானது. அந்த ஊக்கத்தில் சுஜாதாவும் நிறையச் சிறுகதைகள் எழுதத் தொடங்கினார்.

எனினும் அவருடைய ஆரம்ப காலப் படைப்புகள் அனைத்தும் வெகுஜனப் பத்திரிகைகளுக்கு அனுப்பப்பட்டு தொடர்ந்து நிராகரிக்கப் பட்டன. அதன் பிறகு, தம் மனைவியின் பெயரான 'சுஜாதா' என்ற புனைபெயரைப் பூண்டு அவர் வெகுஜனப் பத்திரிகைகளுக்குத் திரும்பப் படையெடுத்தார். இந்த முறை அவர் மிகப் பெரும் வெற்றி கண்டார்.

ஆகஸ்ட் 23 1962 ம் வருடம் குமுதம் பத்திரிகையில் அவரது 'இடது ஓரத்தில்' கதை பிரசுரமானது.

மற்றவர்களின் எழுத்திலிருந்து தனிப்பட்டு நிற்கும்படி வித்தியாசமான மொழி நடையோடு அவர் உருவாக்கிய கதை பிரசுரமாக, தனக்கென்று உரைநடையில் ஒரு தனிப்பாதையை வகுத்துக் கொண்டார் சுஜாதா. சிறுகதை, நாவல், கட்டுரை என்று அப்புறம் அடுத்த நாற்பத்தாறு ஆண்டுகள் தொடர்ந்து மும்முரமாக இயங்கினார் அவர்.

தனித்துத் தெரிய அவருடைய உரைநடையில் நிகழ்த்திய முக்கியமான மாற்றம், சொற்றொடர்களின் நீளத்தை மற்றவர்கள் கையாளுவதை விடக் குறுகலாக்கியது. இது தவிர, கவன ஈர்ப்பு கோரும் தொடக்கமும், வேகமான நடையும், வாசகர்களுக்கு புத்திமதி சொல்லாமல், கூட நடக்கிற பயணியாக எழுத்தில் பேசுவதுமாக தனக்கென்று ஒரு பாணியை வெற்றிகரமாக உருவாக்கிக் கையாண்டார் அவர்.

'அவன் படி இறங்கினான்' என்பதை ஒவ்வொரு எழுத்தும் ஒரு வரியில் வர, எழுத்து இறங்க வைத்து மிக எளிமையான கவன ஈர்ப்பு நடத்தியது அப்போது தான்.

இதெல்லாம் எதற்கு? வேறுபடுத்திக் காட்டித் தன் இருப்பைக் கவனப்படுத்தத்தான். கூடவே, அது தமிழ் எழுத்து நடையில் ஒரு புதுப்

பாய்ச்சல் ஏற்படவும் காரணமாயிற்று. மாறுதலுக்காகக் காத்துக் கொண்டிருந்த மொழியை யார் வித்தியாசமாகக் கையாண்டிருந்தாலும் இது நடந்திருக்கக் கூடும். அது சுஜாதா மூலம் நிகழ வேண்டியிருந்தது. ஆங்கில உரைநடை அமைப்புக்கு நெருக்கமான அந்த நடை குறிக்கோள் கருதிச் செயல்படாமலே சுஜாதா தமிழுக்குக் கொண்டுவந்தது.

அவரும், அவருடைய வாசகர்களும் மெல்ல மெல்ல அதன்பின் வார்த்தை விளையாட்டுகளில் கொண்டிருந்த ஈர்ப்பில் இருந்து மீண்டு, புதுமையும் எளிமையும், செறிவும், சுவையுமான உரைநடைக்குத் தடம் மாறினர்.

சுஜாதாவின் கதை மாந்தர்கள் பெரும்பாலும் திருச்சி, மதுரை போன்ற பெருநகரப் பின்னணியும், மற்றும் ஸ்ரீரங்கம் போன்ற சிற்றூர் அடிப்படையும் அமைந்தவர்கள். கண்டம் கடந்து கடல் கடந்து போய் உலகெங்கும் வேர்விட்டுப் படரும் தமிழினத்தின் (diaspora) அடையாளங்கள். இவர்கள், எல்லா நிறைவுகளோடும் குறைகளோடும் சுஜாதாவின் படைப்புகளில் சித்தரிக்கப்படுகிறார்கள். கீழ் மத்தியதர, உயர் மத்தியதர வகுப்பினர் இவரில் பலரும். சுஜாதா மத்யமர் என்று இவர்களைக் குறிப்பிடுவார்.

வெகுஜனப் பத்திரிகை வெளியில் சுஜாதாவின் பரபரப்பான பங்களிப்பு இதெல்லாம். தில்லியில் சுஜாதா குடியேறியபோது, அவருடைய ஸ்ரீரங்கம் நண்பரும் நியூயார்க் டைம்ஸின் தில்லிப் பத்திரிகையாளருமான திரு. கஸ்தூரிரங்கன் தமிழில் ‘கணையாழி’ என்ற இலக்கியச் சிற்றிதழைத் அங்கே தொடங்கினார். தில்லியில் இருந்து பிரசுரமான முதல் தமிழ்ப் பத்திரிகையான கணையாழியில், கஸ்தூரிரங்கன் கேட்டுக் கொண்டபடி, கடைசிப் பக்கம் என்ற பத்தி எழுதத் தொடங்கினார் சுஜாதா. எதைப் பற்றியும் கூர்மையான விமர்சனமும், வித்தியாசமான பார்வையும், இளமை தெறிக்கும் துள்ளல் நடையுமாக, இலக்கியப் பத்திரிகை வெளியிலும் சுஜாதா புகுந்தது இப்படித்தான். முப்பது வருடம் தொடர்ந்து வந்த பத்தி, சுஜாதாவின் கணையாழியின் கடைசிப் பக்கங்கள்.

சுஜாதாவின் வாசகர்கள் நிறைய வித்தியாசமானவர்கள். அவர் எழுதத் தொடங்கிய இருபத்தேழு வயதுப் பிராயத்திலேயே சம வயது வாசகர்கள் அவருக்கு அதிகம். கல்லூரியில் படித்துக் கொண்டிருந்த, கனவுகளோடு, உத்தியோகம் பார்க்கப் போன அந்த இளைஞர்கள்

சுஜாதாவோடு வளர்ந்து வாசகர்களாக இன்னும் இறுக உறவு கொண்டு நீடித்தார்கள். அவர்களுக்கு அடுத்து இரண்டு தலைமுறை வந்துவிட்டது. அவற்றின் புத்திளைஞர்களும் அந்த வாசகப் பரம்பரையில் கலந்து பெருகியது தான் சுஜாதாவின் தனித்தன்மைக்கு எடுத்துக்காட்டு. காலமான பின்பும் அடுத்தடுத்த தலைமுறை இளையோரை ஆக்கபூர்வமாகப் பாதிக்கிறார் அவர்.

1962-இல் எழுதத் தொடங்கி, கிட்டத்தட்ட நாற்பத்தாறு ஆண்டுகள் தீவிரமாகச் செயல்பட்டவர் சுஜாதா. எழுத்தைத் தொழிலாகக் கொண்ட எழுத்தாளர்கள் படைத்ததை விட அதிக எண்ணிக்கையிலும், சிறுகதை, நாவல், குறுநாவல், அறிவியல் கட்டுரை, இலக்கியக் கட்டுரை, உடலியல் கட்டுரை, நாடகம், திரைக்கதை, பண்டைய இலக்கியங்களை எளிய தமிழில் பெயர்த்தல் என்று வெவ்வேறு வகை எழுத்து வகைகளில் அவர் தொடர்ந்து இயங்கினார். தனித்துவமான உரைநடையும், உள்ளார்ந்த நகைச்சுவையும், துல்லியமும், வாசகன் மேல் பரிவும் இவை எல்லாவற்றுக்கும் பொதுவான அடிநாதம்.

நானூறுக்கு மேற்பட்ட சிறுகதைகள், அறுபது நாவல்கள், நாற்பது குறுநாவல்கள், பதினைந்து மேடை நாடகங்கள், இருபது கட்டுரைத் தொகுப்புகள், பத்துக்கு மேற்பட்ட திரைக்கதை, உரையாடல்கள், ஒற்றைக் கவிதைத் தொகுதி என்று தமிழில் சாதித்துக் காட்டினார் சுஜாதா.

அவருடைய பெயர் கொண்ட அவருடைய சமகால நண்பரும், ஸ்ரீரங்கத்துக்காரர் ஆகியவருமான எழுத்தாளர் ரா.கி.ரங்கராஜன் மனமுவந்து சொல்வார் - "அந்தக்கால எழுத்தாளர்கள் கல்கி கோத்திரம். இந்தக்கால எழுத்தாளர்கள் சுஜாதா கோத்திரம்".

'ரங்கராஜன் என்ற ஒரே பெயரில் இரண்டு எழுத்தாளர்கள் இருந்தால் குழப்பம் ஏற்படும் என்று சுஜாதா என்னும் புனபெயர் பூண, ரா.கி.ரங்கராஜனே காரணகர்த்தர் என்பதை இங்கே சொல்லியாக வேண்டும்.

பின் வரும் அத்தியாயங்களில் உரைநடையின் பல துறைகளில் சுஜாதாவின் பங்களிப்பு பற்றி விரிவாகப் பார்க்கலாம். புனைவிலும் அ-புனைவிலும் அவர் சாதித்தது அநேகம். முக்கியமாக, தொழில் நுட்ப அறிவையும், அது சார்ந்த அனுபவச் செறிவையும் தமிழில் பகிர்ந்து

கொண்ட அவருடைய எழுத்துகள் தனித்துவம் வாய்ந்தவை. இந்த இருபத்தொன்றாம் நூற்றாண்டுக்கு ஓர் இளைஞர் அணியையே தயார்ப்படுத்திய எழுத்துகள் அவை.

எழுத்தோடு கூட உத்தியோகத்திலும் சாதனை செய்தவர் சுஜாதா. பாரத் எலக்ட்ரானிக்ஸ் நிறுவன முதுநிலை அதிகாரியாக அவரும், அவருடைய குழுவினரும் வடிவமைத்த மின்னணு வாக்குப் பதிவு இயந்திரம் நாடு முழுவதும் எத்தனையோ தேர்தல்களில் சிறப்பாகப் பயன்பட்டு வருவது அவருக்கு நாடு செய்யும் மரியாதை ஆகும். இந்தப் பணிக்காக, வாஸ்விக் விருது (Vividhlaxi Audyogik Samshodhan Vikas Kendra Award) பெற்றார். 1993-இல், மத்திய அரசின் அறிவியல், தொழில்நுட்ப விருதான என்.சி.டி.சி விருது, ஊடகங்களில் அறிவியல் சிந்தனையைப் பரப்பியதற்காக அவருக்கு வழங்கப்பட்டது. சுஜாதாவின் சீரிய படைப்பிலக்கியப் பங்களிப்புக்காக தமிழக அரசின் கலைமாமணி விருதும் அவருக்கு வழங்கப்பட்டது.

சுஜாதா - ரங்கராஜன் இணையருக்குத் திருமணம் ஆன அடுத்த ஆண்டு ஒரு பெண் குழந்தை பிறந்தது. எனினும் அது நீண்ட நாள் உயிர்த்திருக்கவில்லை. அந்தத் துயரம் மெல்ல மறைய, அதன் பின், ரங்க பிரசாத், கேஷவ பிரசாத் என இரண்டு புதல்வர்களை அவர்கள் பெற்றெடுத்தார்கள். இரு மக்களும், அமெரிக்காவில் தொழில்நுட்ப வல்லுநர்களாகப் பணிபுரிகிறார்கள். 2008-ஆம் ஆண்டு ஃபெப்ரவரி 27-ஆம் நாள், தன் எழுபத்து மூன்றாம் வயதில் சென்னையில் காலமானார் சுஜாதா.

2 – புனைவிலக்கிய மதிப்பீடுகள்

சுஜாதாவின் அருங்குணங்களில் ஒன்று சலிப்பில்லாமல் நல்ல எழுத்தை இனம் கண்டு, அதைப் பரவலாக அறியும்படியாகப் பகிர்ந்து கொள்வது. எத்தனையோ இளம் எழுத்தாளர்கள், புதுக் கவிஞர்களின் படைப்புகளை சிற்றிலக்கியப் பத்திரிகைகளில் சிரத்தை எடுத்து வாசித்து, பெரிய வணிகப் பத்திரிகைகளின் வாசகர்களுக்கு அவர்களை அறிமுகம் செய்திருக்கிறார் அவர். தேடிப் பிடித்து அவர்கள் யாரென்று கூடத் தெரிந்து கொள்ளாமல் எழுத்தை மட்டும் பரிச்சயம் செய்துகொண்டு காத்திரமான மதிப்பீடுகளை முன் வைத்து அவர்களை மேலும் எழுதத் தூண்டியவர் அவர்.

உணர்ச்சிப் பகிர்வு தரும் கவிதைகள் (evocative poems) தான் சிறந்த கவிதைகள் என்று அடிப்படை வரைமுறை வைத்துக் கொண்டு போலித்தனம் தெரிந்தவற்றை (phoney) விலக்கி நல்ல கவிதையைச் சென்றடைய அவருடைய அறிமுகங்கள் வழி வகுத்தன.

கவிதைத் தொகுப்புகள் அதிகம் வெளியான காலத்தில் (1970-கள்) அவர் அவற்றில் பலவற்றை இதமாகத் தன் பத்திரிகைப் பத்தியில் விமர்சித்திருக்கிறார். முக்கியமாக மரபுக் கவிதைத் தொகுதிகள். 'கவிஞரே தன் சொந்த செலவில் வெளியிட்டவை' அவற்றில் பலவும். இந்தத் தொகுதிகள் இட வேறுபாடில்லாமல் எங்கெங்கு காணினும் தட்டுப்பட்டதை அவருடைய 'கணையாழியின் கடைசிப் பக்கம்' குறிப்புகளிலிருந்து அறிந்து கொள்கிறோம்.

சிறுகதை எப்படி இருக்க வேண்டும் என்று எல்லா மொழியிலும், எல்லாக் காலத்திலும் ஏதாவது சில எழுத்தாளர்களாவது விளக்க முற்படுவது உண்டு. சுஜாதா, 'ஒரு சிறுகதை, எப்படி இருக்க வேண்டும்' என்று விளக்குவது இப்படித்தான் - எனக்குத் தெரிந்தவரை ஒரேயொரு விதிதான் அதற்கு. சிறிதாக உரைநடையில் விவரிக்கப்பட்ட கதை. நல்ல சிறுகதை என்பது, சிறிதாகச் சிறப்பாக விவரிக்கப்பட்ட கதை. சிறிதாக என்றால், சுமார் ஆயிரத்தில் இருந்து பத்தாயிரம் வார்த்தைகளுக்குள் சொல்லலாம் என்று குத்துமதிப்பாகக் கொள்ளலாம். சாகாவரம் பெற்ற கதை எழுத முடியுமா என்பதை அவர் சொல்வது இப்படி:

கதை, சிறப்பாக இல்லையென்றால் அதை மறப்பார்கள். ஒரு கதை, ஜீவித்திருக்க, அது சிறப்பாகச் சொல்லப்பட்டிருக்க வேண்டும். யாரைப் பற்றியும் எதைப் பற்றியும் இருக்கலாம்; நூற்றாண்டுக் காலத்தையோ... சில நிமிஷங்களையோ சொல்லலாம். எந்தக் கதாபாத்திரங்களும் தடையில்லை. மனிதர்களே இல்லாமல்கூட கதை சொல்லலாம்; கண்ணீர் வரச் சொல்லலாம்; சிரிக்கச் சிரிக்கச் சொல்லலாம். கோபம், ஆர்வம், வெறுப்பு போன்ற ஒன்பதில் ஏதேனும் ஒன்று வரும் அளவுக்கு ஓர் உணர்ச்சியைத் தந்தால் போதும்.

சிறுகதைகள் பற்றித் தீர்மானமான மதிப்பீடுகளையும் இளம் எழுத்தாளர்களின் சிறுகதைத் தொகுப்புக்கு எழுதிய முன்னுரைகளினூடே சொல்லிப் போகிறார். ஒரு முன்னுரையில் குறிப்பிடுகிறார் -

எண்ணிப் பார்த்தால் இன்றைய தமிழ் பத்திரிக்கை அவசரங்களுக்கு ஈடுசெய்ய வாரத்திற்கு 100 சிறுகதைகள் பிரசுரமாகின்றன. பெரும்பாலானவை வாசிக்கப்பட்ட பின், நேசிக்க படாமல் அந்த வாரத்திற்குள் நியூஸ் பிரிண்ட் மரணம் அடைந்து விடுகின்றன. சிறுகதைகளுக்கு கொஞ்சம் சாஸ்வதம் அளிப்பது புத்தக வடிவமே. சேர்ந்தாற்போல ஒரு எழுத்தாளனின் கதைகளை படிக்கும் போது தான் அவன் கதைகளின் ஆதார கவலை என்ன என்பது பிடிபடும்.

ஒரு கோபமுள்ள, புத்திசாலித்தனமான, காதலில் ஏமாற்றப்பட்ட இளைஞன் அடிக்கடி இந்தக் கதைகளில் வருகிறான். பெண்கள் அழகாக இருக்கிறார்கள். ஆனால் சிலாக்கியமானவர்களாக இல்லை. குற்றங்கள் பலப்பல செய்கிறார்கள். இருந்தும் கதைகளின் அத்தனை அவஸ்தைகளையும் எழுத்தாளரே பட்டிருக்கிறார் என்பதில்லை. கேட்ட, பார்த்த, சில சமயம் அனுபவித்த சம்பவங்களின் கற்பனை - நிஜ கலவையின் சொந்த ரகசியம் அவருக்கே உரியது. இந்தக் கலவையில் தான் சிறுகதையின் வசீகரம் இருக்கிறது.

சிறுகதைக்கு உங்களின் எளிய விளக்கம் என்று யாரோ கேட்க, சுஜாதா சொன்னார் :

உருவம், உள்ளடக்கம் என்று பலர் ஜல்லியடிப்பதைக் கேட்டிருக்கிறேன். டெண்டர் நோட்டீஸுக்குக்கூட உருவமும் உள்ளடக்கமும் இருக்கிறது. பின் சிறுகதை என்பது தான் என்ன? கூர்ந்து

கவனியுங்கள். சிறுகதை என்பது ஒரு முரண்பாட்டைச் சித்தரிக்கும் உரைநடை இலக்கியம்.

சிறுகதை வெற்றியடைய எழுத்தாளரின் செறிவான அனுபவப் பகிர்வின் அடிப்படையில் அது அமைவது மட்டுமில்லை, முன்பு சொன்ன, எழுத்தாளர் கேட்ட, பார்த்த நிகழ்வுகள் அவருள் ஏற்படுத்திய சலனமும் கூட கைகொடுக்கும் என்பதை வலியுறுத்தியவர் அவர்.

"சில கதைகளில் தான் இந்த மாதிரி அனுபவம் கிடைக்கும். நாம் ஒன்றுமே செய்ய வேண்டாம் அதுவாக எழுதிக்கொள்ளும். அப்படி எழுதப்பட்ட கதைகள் எல்லாம் நல்ல கதைகளாக இருக்கும்".

சித்திரம் கைப்பழக்கம் என்பது போல், கதை, ஓர் எழுதும் பழக்கமாகப் படியப் படிய எழுதுவது இயல்பாகும். சுஜாதா தனக்கு முன் வைத்த ஆய்வுக் கண்ணாடியை நோக்கிப் பகர்வது இது -

ஒரு காலகட்டத்தில் சிறுகதை எழுதுவதற்குக் கொஞ்சநேரம் யோசித்தால் போதும். அதன்பின் எழுதுவதற்கு, பழக்கத்தால் சிரமமே இருந்ததில்லை.

எழுத்துக்கு உந்துசக்தி எது?:

என்னை எழுத வைப்பது, வைத்தது எது என்று யோசிக்கையில் இரண்டு அம்சங்கள் அவசியமாகத் தெரிகின்றன.

முதலில் சுயபரிசீலனை; விமர்சனம்.

எழுதிவிட்டுப் படித்துப் பார்க்கும்போது சரியில்லை என்றால், கிழித்துப் போட நான் தயங்கியதே இல்லை. முதல் வாசகனான என்னை மீறி, எந்தக் கதையும் சென்றதில்லை. எப்போது பாசாங்காக எழுதுகிறேன் என்பது எனக்கே புரிந்து விடும்.

இரண்டாவது, மொழியின்மேல் ஒரு பற்று என்பதைவிட, ஈடுபாடு என்று சொல்லலாம். தமிழ் நடையில் சில சுதந்திரங்களை எடுத்துக் கொள்ளும்முன், தமிழை ஒழுங்காக அறிந்தவனாக என்னை ஆக்கிக்கொண்டு அந்தச் சுதந்திரத்தில் குற்ற உணர்ச்சி ஏதுமில்லாமல் பார்த்துக் கொண்டது.

உரைநடை நோக்கின் நீட்சியாக, புதுப் புனைவு உருவாக்க புனைகதையின் அமைப்புச் சட்டகமாக அறியப்படுவதைத் தெளிவாகத் தெரிந்து கொண்டு அதை மீறுவது அவருக்கு உகந்தது. அதற்காக நிறையப் படிக்க வேண்டும் என்பதை அவர் வலியுறுத்தத் தயங்கியதே இல்லை.

குறைபாடுகளைக் கவனித்துத் திருத்திக் கொள்வதில் சுணக்கமோ, சுமுகமின்மையோ காட்டக் கூடாது என்பதில் உறுதியாக இருந்தார் சுஜாதா -

'இன்றைக்குக் காலை 9-05 க்கு நான் ஒரு சிறந்த சிறுகதை எழுதினேன்' என்று எந்த எழுத்துக்காரனாலும் சொல்ல முடியாது. தன் எழுத்தில் உள்ள குறைகளையும் பாசாங்குகளையும் அடையாளம் கண்டு கொள்ளாதவன் நன்றாக எழுத முடியாது.

கதைக்குக் கதை வித்தியாசம், உத்தியிலோ, உருவத்திலோ, உள்ளடக்கத்திலோ புதுமை இவற்றை வலியுறுத்த என்றுமே பின்வாங்கியதில்லை. இது ஒரு எடுத்துக்காட்டு -

"'ஒரே ஒரே மாலை' கதையில் ஒரு புதிய உத்தியைக் கடைப்பிடித்தேன். கதையின் சோகமான முடிவை பாதியில் குறுக்கே புகுந்து சொல்லி விட்டு கதையைத் தொடர்ந்தேன். அதனால் அந்தக் கதையின் பிற்பகுதியின் உருக்கம் அதிகமாகியது. இருவரும் செத்துப் போகப் போகிறார்கள். 'உனக்கு எத்தனை சம்பளம்? என்ன கலர் பிடிக்கும்?' என்றெல்லாம் அற்ப விஷயங்களைப் பேசிக் கொண்டிருக்கிறார்களே என்ற 'ஐயோ பாவம்' கிடைத்தது.

சுஜாதாவுக்கு இக்கதை தொடர்பாக அபூர்வமாக ஓர் இலக்கிய அங்கீகாரம் கிடைத்தது என்பதை இங்கே பதிவு செய்தாக வேண்டியிருக்கிறது.

ரொம்ப நாள் முன்னால் என் சிறு கதையான 'ஒரே ஒரு மாலை' ஆனந்த விகடனில் வெளிவந்த போது, மூத்த விமர்சகரான க.நா.சுப்ரமண்யம் அந்தக் கதையைக் குறிப்பிட்டு, 'இந்தக் கதை என்னைப் பிரமிக்க வைத்தது. இந்த எழுத்தாளர் பிற்காலத்தில் பெரிய ஆளாக வருவார்' என்று எழுதினார்.

பிறமொழிக் கதைகளையும் வாசித்துப் புதிய கதையாடல் நுட்பங்களைத் தமிழ் வாசகர்களுக்கு அறிமுகப் படுத்தியவர் சுஜாதா.

புனைகதை எப்படியான கதையாடலைக் கொண்டிருக்க வேண்டும்? சுஜாதா சொல்வார் -

“கண்ணீர் வர சொல்லலாம், சிரிக்கச் சிரிக்க சொல்லலாம், கோபம் வர, ஆர்வம் வர, வெறுப்புவர, படிப்பவருக்கு நவரசமான ஒன்பதில் ஏதேனும் ஒரு உணர்ச்சியைத் தந்தால் போதும்.”

புனைவிலக்கியம் ஏதும் சமுதாயப் பிரச்சனைக்குத் தீர்வு சொல்ல வேண்டுமா? வேண்டாம் என்கிறார் சுஜாதா. தன் ‘பதினெட்டு கதைகள்’ சிறுகதைத் தொகுப்புக்கு முன்னுரையில் சொல்கிறார் -

ஒரு எழுத்தாளன் கடவுள், அவநம்பிக்கை போன்ற பிரச்னைகளுக்குத் தீர்வு காண முயலக் கூடாது. அவன் தொழில் கடவுளைப் பற்றியும் அவநம்பிக்கைகளைப் பற்றியும் நினைப்பவர்களை வர்ணிப்பது என்று செக்காவ் (Chekov) ஒரு கடிதத்தில் எழுதியிருக்கிறார். அவரே மற்றொரு கடிதத்தில் “பிரச்னைக்குத் தீர்வு காண்பதையும் பிரச்னை என்ன என்று சொல்வதையும் குழப்பாதே; ஒரு கலைஞனுக்குப் பின்னதுதான் கட்டாயமானது” என்கிறார்.

காலம் எப்படி எழுத்தாளனை நடத்திப் போகிறது என்பதைச் சுருக்கமாக, தன் ஸ்ரீரங்கத்துக் கதைகள் தொகுப்பில் சொல்கிறார் சுஜாதா :

ஓர் எழுத்தாளன் கதை எழுதும்போது மூன்று விதமான சக்திகள் பின்னணியில் செயல்படுகின்றன. ஒன்று, அவனுடைய கதை சொல்லும் திறமை, உத்தி, நடை போன்றவை. இரண்டு அவன் ஞாபகங்கள். மூன்று, மாறி வரும் அவன் கவலைகள். எழுத்தின் முதிர்ச்சியால், கால ஓட்டத்தினால் இவற்றில் ஏற்படும் மாறுதலை வாசகர்கள் கவனிக்கலாம்.

அவருடைய படைப்புகளில் இம்மாற்றங்களோடு காலமும் உறையும் பிரமை.

3 – சில சிறுகதைகள்

சுஜாதாவின் சிறுகதைக் கடலில் மூழ்கிச் சில முத்துக்களை உள்ளங்கையில் பொத்தி எடுத்து வந்து இங்கே எழுதுவது, அவருடைய மிக விரிந்த சிறுகதைப் பரப்பை ஓரளவாவது அறிமுகப் படுத்தி வைக்கத்தான். நூற்றுக்கணக்கான கதைகள். கை சலிக்காமல், மூளை வரண்டு போய் முரண்டு பிடிக்காமல் எழுதியிருக்கிறார். எத்தனை எத்தனை பாத்திரங்கள், நிகழ்ச்சிகள், கதை நிகழும் இடங்கள்.. செய்கிற பணியில் ஈர்ப்பும் அதை அனுபவித்து நெஞ்சு நிறைய நேசித்துச் செய்வதும் இல்லாவிட்டால் இது சாத்தியமில்லை.

கதையை ரசிக்கும் ஒரு மகா வாசகரே கை தேர்ந்த எழுத்தாளராக முடியும் - சுஜாதா போல. எனில், சிறந்த வாசகர் தேடிப் படிக்க நல்ல கதைகளைத் தேடியடைவது எப்படி?

நல்ல சிறுகதை எது என்று இதுவரை யாரும் வரையறுத்துச் சொல்லி, இலக்கணம் வகுக்கவில்லை என்பதே காரணம். அது வகுக்கப்படும்போது கதையோ அல்லது இந்த உலகமோ காணாமல் போயிருக்கலாம். இதுவே ஒரு சிறுகதைக் கருதான். இந்தப் பின்னணியில், எந்த கருதுகோள்களும், சார்பு நிலையும் கைக்கொள்ளாமல், நாம் சில சுஜாதா கதைகளைப் பார்ப்போம்.

ரேணுகா - எந்த ஆரவாரமும் இல்லாமல் ஒரு கீழ் நடுத்தர வீட்டுக் காலை நேரத்தில் கதை தொடங்குகிறது.. அந்தச் சூழல், கீழ்த் தட்டின் குடிசைப் பிரதேசத்துக்கு சற்றே சமூக நெருக்கத்தோடு வரும் ஒரு புறநகர்ப் பகுதி.

'அழுகிற குழந்தையுடன் பால் பாத்திரத்துடன் வாசலுக்கு வந்து நின்றாள். எதிரே குடிசைகளுக்குப் பின்னால் வானம் காயப்பட்டிருந்தது. சரக் சரக் என்று ஊசி நிரடும் சத்தம் கேட்டு, 'நாங்க புதுசா ஆ ஆ.' என்று தொடங்கியது ஒலிபெருக்கி'...

கணவன் கண்விழிக்கிறான். வேலை போய் விட்டிருக்கிறது அவனுக்கு. டீ சாப்பிட்ட பிறகுதான் ரேணுகா கேட்கப் போகிறாள். அதற்கு அவள் தயார் செய்து கொள்வதில் இன்னொரு நுணுக்கமான சித்தரிப்போடு எழுத்துக் கேமிரா பயணம் செய்கிறது.

'ஒரே திசையில் பார்த்துக் கொண்டு பல் தேய்த்தவனைச் சூரிய வெளிச்சம் நெற்றிக் கோடுகளையும் முன் மண்டை நரையையும் ஸ்பஷ்டமாகக் காட்டியது'.

வேலை போன கணவனைச் சந்திக்க அவனுடைய இரண்டு நண்பர்கள் வருகிறார்கள். ஒருத்தனின் முழியுமே சரியில்லை. 'எப்படி இருக்கீங்க சிஸ்டர்?' என்று கேட்டபடி காப்பி வாங்கிக் கொண்டபடி, அவள் உடலில் மேய்கிற பார்வைகள். காப்பி குடித்துக் கொண்டு ரேணுகா வீட்டில் சட்டமாக சிகரெட் குடிக்கிறார்கள். குழந்தை தரையில் இருந்து சிகரெட் துண்டைப் பொறுக்கி வாயில் போட்டுக் கொண்டு கக் கக் என்று இரும, அதை வாரிக் கொண்டு போய் வாயில் விரல் விட்டுச் சுத்தம் பண்ணித் தண்ணீர்க் கொடுக்கிறாள்.

அவர்கள் போன பிறகு கேட்கிறாள்: 'ஆபீஸ் பணம் ஐயாயிரம் ரூபாயை என்ன பண்ணினேள்'?

முதல் அடி முகத்தில் விழுந்தது. பழக்கத்தில் முழுவதும் குனிந்து கொண்டு கைகளால் தடுத்துக் கொண்டு பெரும்பாலும் தோளிலும் முதுகிலுமே அடிகளை வாங்கிக் கொண்டு கீழே சரிந்து உட்கார்கிறாள்.

மடிப்பிச்சை கேட்கிற மாதிரி கணவனின் முதலாளி வீட்டில் அவர் மனைவியைக் காத்திருந்து கண்டு காலில் விழுகிறாள். இடுப்பில் குழந்தை.

அவளுக்கு மனதில் இருந்த அழுத்தம் எல்லாம் வடிய மூன்று நிமிஷம் அழ வேண்டி இருந்தது.. நிறுத்தாமல் அலை அலையாக கட்டுப்படுத்த முடியாமல் முகம் பூராவும் விகாரமாகி, மார்பில் தொப்பலாகக் கண்ணீர் நனைந்து அழுதாள்.

வேலை காப்பாற்றப்படுகிறது.

ராத்திரியில் அவன் வருகிறான். 'எல்லாம் கான்சல்.. ஏண்டா டேய் என்னை சஸ்பெண்ட் செய்ய முடியுமாடா?' என்று கொக்கரிக்கிறான். வேலை தப்பியது தன் முயற்சியால் என்று முட்டாள்தனமாக நினைக்கிற ஜடம் அது.

'ஏய் வா இங்கே வந்து படுத்துக்கோ'.

குழந்தையை இடம் மாற்றி விட்டு அவன் அருகில் படுக்கிறாள்.

இந்தக் கதையில் சுஜாதா பேசுவதேயில்லை. முகத்தை எந்த உணர்ச்சியும் காட்டாமல் வைத்துக் கொண்டு, வார்த்தை தடிக்காமல், பிரசாரமில்லாமல், கீழ்க் குரலில் கதையைச் சொல்லிப் போகிறார். இடைவரிகளுக்கு நடுவே கனமான மௌனமும் சோகமும் சமூக உரையாடலும் கனத்து அப்பிய கதை இது.

சுஜாதாவின் 'முதல் மனைவி' சிறுகதையும் குறிப்பிட்டாக வேண்டியது.

ராஜலட்சுமியும், மேனகாவும், அதாவது அம்மாவும், இளவயது மகளும் உரையாடுவதாக ரொம்ப இயல்பாக ஆரம்பிக்கும் கதை இது. அப்பா? அவர் மருத்துவ மனையில் நினைவு திரும்பாமல் படுத்திருக்கிறார். கூடவே ஏகப்பட்ட உடல் உபாதைகள். அவருடைய மார்பில் சொரிந்தால், எப்போதாவது கண்விழித்துப் பார்த்து விட்டு மறுபடி நினைவில்லாமல் போய்விடுவார்.

மருத்துவ மனையில் இருந்து தொலைபேசி அழைப்பு. தாயும் மகளும் அங்கே விரைகிறார்கள். மகளுக்குப் போக விருப்பமே இல்லை தான்.

அவர்கள் போவதற்குள் நறுக்கென்று முன்கதை அவர்களுடைய உரையாடல்களின் மூலம் தெரியப்படுத்தப் படுகிறது.

மனைவியையும் மகளையும் கைவிட்டு இன்னொருத்தியோடு போன பொறுப்பில்லாத தகப்பன். நிர்க்கதியாக நின்று, மகளை வளர்த்து, படிக்க வைத்தவள் அந்தத் தாய். தகப்பனோ, புனிதவல்லி, புனிதவல்லி என்று இரண்டாம் சம்சாரம் மேல் வைத்த மையல் இன்னும் தீராமல் கிடக்கிறவன்.

பெருந்தன்மையாகக் கணவனை மன்னித்து அவனுடைய நோய்ப் படுக்கை அருகே இரவும் பகலும் கண்விழித்திருந்து மனைவி ராஜலட்சுமி அவனைக் கவனித்துக் கொள்ள, புனிதவல்லி இரண்டு நாள் சும்மா வந்து பார்த்துவிட்டுக் காணாமல் போகிறாள்.

அப்பாவுக்கு நினைவு திரும்பியிருக்கு என்று அம்மா மகிழ்ச்சிப்பட, அவருக்கு எட்டு நாள் மல மூத்திரம் அள்ளிக் கொட்டியதை அப்பாவிடம்

முதலில் தெரிவிக்கச் சொல்கிறாள், அவனை வெறுக்கும் மகள். கைக்குழந்தையான தன்னோடு ராஜலட்சுமியை நிர்க்கதியாக நிறுத்திய கொடுமையை நினைவு படுத்தி சுருக்கென்று அவன் மனதில் தைக்கிறாற்போல் கேட்க அவளுக்கு இஷ்டம்.

நினைவு தெரிந்த அப்பா, மனைவி ராஜலட்சுமியிடம் பேப்பரும் பேனாவும் வாங்கி எழுதிக் காட்டுகிறார் - 'புனிதவல்லி எங்கே?'

மனுஷ மனத்தின் மகா சின்னத் தனத்தைச் சுருக்கென்று சொல்லும் கதை இது.

குதிரைக் கிச்சாமி கதையை ராச்சாப்பாடு முடித்து விட்டு வாசல் திண்ணையில் அறுபது வாட்ஸ் பல்ப் எரியப் படிக்க வேணும். தெருவில் சோன் பப்டியை நிறைத்து பெரிய தராசு கட்டித் தூக்கிக் கொண்டு ஒரு வடக்கத்திய வியாபாரி 'ஹாங் ஜீ கரம் நா ஜீ நரம்' என்று இந்தியில் ஏதோ பாடியபடி பெட்ரோமாக்ஸ் விளக்கு சகிதம் விற்றுக் கொண்டு போகிற ராத்திரியில் தான் படிக்க வேணும். தெருவே கேட்கும் அளவு அதிர்ந்து சிரித்து விட்டு ஐந்து ரூபாய்க்குக் கை நிறைய சோன் பப்டி பழைய இந்தி தினசரிப் பத்திரிகைக் கூம்பில் சுற்றி வாங்கிக் கொண்டு பிடிப்பிடியாகச் சாப்பிட்டபடி இன்னொரு தடவை ரசித்துச் சிரித்து ஆனந்தப்பட வேணும். பட்டிருக்கிறேன். இப்போதும் சோன்பப்டியைப் பார்த்தால் குதிரை தான் நினைவு வருகிறது. கதை தான் என்ன? கிச்சாமியைக் குதிரை கடித்து விட்டது. அவ்வளவுதான்.

கதைசொல்லி கூற்றாக 'நான்' என்று நேரடியாகக் கிச்சாமி என்ற மத்ய தர வர்க்கத்து, இளமையிலிருந்து நடு வயதுக்குப் போய்க் கொண்டிருக்கும் சாமான்யன் கிச்சாமி தன் வரலாறு சொல்கிறான்.

'எனக்குப் பிரத்தியேகம் கிடையாது. தினப்படி காப்பி குடித்து, பேப்பர் படித்து, துணி மடித்து, பஸ் பிடித்து அங்குலம் அங்குலமாக மாயும் மனித எறும்பு. நானும் பிரசித்தமானேன். என்னை ஒரு குதிரை கடித்ததால்!'

சுஜாதாவின் சிறப்பு வர்ணனைகளில் இந்தக் கதை முக்கிய இடத்தைப் பெறுகிறது. முனிசிபல் ஆஸ்பத்திரி, அதன் முன்னால் குதிரை லாயம் (பிட்ரகுண்டாவில் கூட இதே போல லாயம் இருக்கிறதாம்), ஸ்டவ் திரி வாங்க கிச்சாமி அகமது ஸ்டோருக்குப் போவது, டாக்டர்

மருத்துவப் புத்தகத்தைப் பிரித்து குதிரைக்கடி என்று பொருளடக்கத்தில் தேடி உதட்டைப் பிதுக்குவது, அவர் சிறப்பு மருத்துவரிடம் போகும்படி சிபாரிசு செய்ய கிச்சாமியும் அவனைத் திட்டிக் கொண்டே மனைவியும் வெளியே வரும்போது கண்ணில் படுகிற, பனியனைத் தின்னும் பசுமாடு ('அது பக்கத்திலே போகாதீங்க.. அதுவும் கடிச்சு வைக்கப் போறது' : திருமதி கிச்சாமி'), ஜட்கா வண்டிக் குதிரை கடிக்காதே என்று ஜட்கா குதிரைகளில் பிஎச்டி வாங்கியது போல் நுண்மான் நுழைபுலத்தோடு தீர்மானமாகச் சொல்லும் மாமனார், கடித்த குதிரையை தினசரி பார்க்க கிச்சாமியின் நடை, ப்ருஹ்ஹ்ஹ் என்று சிரிக்கிற குதிரை..

சுஜாதா இந்தக் கதையை சின்னச் சின்ன நகாசு வேலைகளால் நிரப்பி இருக்கிறார். எந்த சிரமமும் இல்லாமல் கதை நகரும்போதே நகைச்சுவையும் நம்மை முழுக்கச் சூழ்ந்து கொள்கிறது. தணிந்த நகைச்சுவையில் சுஜாதா மாஸ்டர்பீஸாக இந்தக் கதையைச் சொல்லலாம்.

சுஜாதா கதைகளில் நீவிர் விரும்பும் ஐந்து, பத்து, ஐம்பது, நூறு, இருநூற்றுப் பதினேழு சிறுகதைகளைப் பட்டியலிடுக' என்று யாராவது விரட்டினால், முதல் பத்துக்குள் வரும் கதை, 'ஒரு லட்சம் புத்தகங்கள்' என்று தயங்காமல் சொல்லலாம். இந்தக் கதையின் இக்காலத்துக்கும் பொருந்தும் சமகாலத் தன்மை நம்மை வியப்படைய வைக்கிறது. மனதில் கிளரொளியிலா இருளாகத் துக்கமும் மேலெழுகிறது.

ஈழம்.தமிழனாகப் பிறந்த ஒவ்வொருவரையும் எவ்விதமாகவேனும் பாதிக்கும் ஒரு வரலாற்றுத் துன்பியல் நிகழ்வு கதையாகிறது. இருந்தது குறித்த பெருமிதமும், இழந்தது குறித்த கையறு நிலை நெகிழ்வும், ஆத்திரமும், காரணங்களை வேர் பிரித்துச் சரம் சரமாக விரியும் சிந்தனையுமாக நம்மை எல்லாம் சூழும் பாதிப்பு இது. சுஜாதாவின் 'ஒரு லட்சம் புத்தகங்கள்' யாழ் நூலகத்தில் இருந்த ஆயிரக் கணக்கான தமிழ் நூல்களைத் தேடியெடுத்துத் தெருவில் கொண்டு வந்து வைத்து எரித்த அவலத்தைச் சொல்கிறது. அவர் குரல் தணிந்து தழதழப்பது. உரக்கக் கூவி சபிப்பதில்லை. ஆனாலும் அறச் சீற்றம் அற்புதமாக வெளிப்படுகிறது.

"நிகழ்ந்தது எல்லாம் தமிழ் நாட்டுல முழுவதும் தெரியாதுண்டுதான் தோணுது. யாழ்ப்பாணம் பொது நூலகத்துல இருந்த ஒரு லட்சம்

தமிழ்ப் புத்தகங்களை போலீஸ்காரங்களே எரிச்சாங்க. அது தெரியுமோ உங்களுக்கு?"

"அப்படியா?"

"அருமையான புத்தகங்கள்! பாரதியாரே சொந்தச் செலவில் பதிப்பித்த 'ஸ்வதேச கீதங்கள்' 1908-லயோ என்னவோ வெளியிட்டது. 'இதன் விலை ரெண்டணா'ண்டு போட்டு இருந்தது. ஆறுமுக நாவலருடைய முதல் எடிஷன்கள் எல்லாம் இருந்தது. 1899-ல் வெளியிட்ட சிங்காரவேலு முதலியாருடைய அபிதான சிந்தாமணி முதல் பிரதி! லட்சம் புத்தகங்கள்னா எத்தனை தமிழ் வார்த்தைகள்! எண்ணிப் பாருங்க. அத்தனையும் தெருவுல எரிச்சாங்க."

சுஜாதாவின் கோபம் எரித்தவர்கள் மேல் மட்டும் இல்லை. இங்கே தமிழில், பாரதி, பாரதிதாசன், சங்க இலக்கியம் என்று பிழைப்புக்காக முழங்கி, தமிழைக் கொண்டு குளிர் காய்கிற தாயகத் தமிழர்கள் மேலும் தான்.

அந்த லட்சம் புத்தகங்கள் இன்னொரு தடவை எரிந்து அடங்குகின்றன கதை வாசித்த நம் மனதில். ஒன்றும் செய்ய இயலாத ஆற்றாமை சூழ மனக் குமைச்சலோடு வெறித்துக் கொண்டிருக்கிறோம்.

கலாரூபமாகக் கச்சிதமாக உருவாகிப் பெருவெற்றியடைந்த கதை 'ஒரு லட்சம் புத்தகங்கள்' என்றால் சுஜாதா 'ஜல்லியடிக்காதே' என்று சிரிப்பார்.

மதுரையின் ஒரு சாதாரண தினம். எப்போதும் போல 'பைப்' அருகே குடங்கள் மனிதர்களுக்காக வரிசைத் தவம் இருந்தன. சின்னப் பையன்கள் 'டெட்டானஸ்' கவலையின்றி மண்ணில் விளையாடிக்கொண்டு இருந்தார்கள். பாண்டியன் போக்குவரத்துக் கழக பஸ்கள் தேசியம் கலந்த டீசல் புகை பரப்பிக்கொண்டு இருந்தன. விறைப்பான கால்சராய் சட்டை அணிந்த, ப்ரோட்டீன் போதா போலீஸ்காரர்கள் 'இங்கிட்டும் அங்கிட்டும்' செல்லும் வாகன மானிட போக்குவரத்தைக் கட்டுப்படுத்திக்கொண்டு இருந்தார்கள். நகரின் மனித இயக்கம் ஒருவித ப்ரௌனியன் இயக்கம்போல் இருந்தது (பௌதிகம் தெரிந்தவர்களைக் கேட்கவும்.) கதர் சட்டை அணிந்த மெல்லிய, அதிக நீளமில்லாத ஊர்வலம் ஒன்று சாலையின் இடதுபுறத்தில் அரசாங்கத்தை விலைவாசி

உயர்வுக்காகத் திட்டிக்கொண்டே ஊர்ந்தது. செருப்பில்லாத டப்பாக் கட்டு ஜனங்கள், மீனாட்சி கோயிலின் ஸ்தம்பித்த கோபுரங்கள், வற்றிய வைகை, பாலம், மதுரை!

நகரம் கதை இப்படித்தான் சாதுவாக ஆரம்பிக்கிறது.

கிராமத்தில் இருந்து வந்த எழுத்தறிவில்லாத ஒரு பெண் நோயோடு போராடும் தன் பெண் குழந்தையை ஆங்கில முலாம் பூசிய அரசு யந்திரச் சிக்கல்களாலும் அதை விட முக்கியமாக, சம்பந்தப்பட்டவர்களின் அலட்சியத்தாலும் மிரண்டு, கையறு நிலைக்குக் கடந்து, கடவுளின் மீது பாரத்தைப் போட்டுவிட்டுக் கிராமத்துக்கே திரும்புகிறாள்.

ஏற்கனவே சொன்னபடி, சுஜாதா கதைகளில் அவர் குரலை உயர்த்துவதே இல்லை. சரசரவென்று இந்தக் கதை நகர நகர நமக்குப் பதைபதைக்கிறது. ஆத்திரமும் இயலாமையும் எப்போது தான் இதெல்லாம் மாறும் என்ற ஏக்கமும் ஒரு சேர அந்தக் கிராமப் பெண்ணின் துயரத்தை நமக்குள் கடத்தி விட்டுக் கொண்டு மெய்யாகவே ஒரு நிமிடமேனும் மனம் உருகுகிறோம்

உருகினார்கள். கதை வெளிவந்ததும் மருத்துவர்கள் சுஜாதாவைத் தொடர்பு கொண்டு கதையின் பின்புலத்தைப் புரிந்து கொண்டார்கள். அவர் ஒரு காலை நேரத்தில் சில் மணி நேரங்கள் அந்த மருத்துவமனையில் நோயில் கிடந்த யாரோ உறவினரைப் பார்க்கப் போயிருந்த போது நிகழ்ந்ததின் அடிப்படையிலான புனைவு அது. சுஜாதா பார்வையின் அடிப்படையில் மருத்துவமனை வழிமுறைகள் பரிசோதித்துக் குறை களையப்பட்டது.

மனித மனதின் ஆழங்களை, ஸ்ருதி பேதங்களை, ஸ்வரச் சேர்க்கைகளை அனாயசமாக அலசும் மகாபாரத கதாபாத்திரங்களை எல்லா மொழி, ஏன் எல்லா நாட்டு எழுத்தாளர்களும், நாடக, நடனக் கலைஞர்களும் அக்கறையோடு அணுகிக் கொண்டே தான் இருக்கிறார்கள். கன்னடத்தில் பைரப்பா 'பருவம்' என்று பெயரிட்டு பார்வையை இழந்த திருதராஷ்டிரன் மனைவியாக கண்ணைக் கட்டிக் கொண்டு முழு வாழ்க்கையையும் கழித்த காந்தாரி 'நோக்கில்' சப்த ரூபமாகவும், நாசியில் வாடை, மெய்யில் தொடு உணர்ச்சி இப்படி

மற்றப் புலன்கள் மூலமும் பார்த்து, அதுவும் ஒரு பெண் நோக்கில் பாரதக் கதை சொன்னார். எம்.டி.வாசுதேவன் நாயர் மலையாளத்தில் 'ரெண்டாம் ஊழம்' என்ற தலைப்பில் பீமசேனன் பார்வையில் பாரதம் எழுதினார். முழு பாரதமோ, அல்லது ஏதாவது கிளைக்கதையோ, அதை மற்றொரு கோணத்தில் பார்த்து வேறு புரிதலுக்கு முயலும் சிறுகதைகளுமோ நிறைய உண்டு.

பாரதத்தில் முக்கிய இழை இல்லை என்றாலும் ரசித்துப் படிக்கப்படும் தருமபுத்திரனும் யட்சனும் தர்க்கம் செய்யும் நச்சுப் பொய்கை நிகழ்வு இவற்றில் ஒன்று. சுஜாதா காட்டும் நச்சுப் பொய்கை அறிவியலும் கலந்தது.

நச்சுப் பொய்கையில் தண்ணீர் அருந்திய அர்ஜுனனும் நகுலனும் பீமனும் சகாதேவனும் இறந்து போகிறார்கள். மிஞ்சிய தர்மனிடம் அசரீரியாகக் யட்சன் சொல்கிறான் - நான் கேட்கும் கேள்விகளுக்கு நீ தகுந்த மறுமொழி சொன்னால் உன் சகோதரர்களில் ஒருவனைப் பிழைக்க வைப்பேன்.

வேதாந்த சாரமான கேள்விகள். பௌராணீகர்கள் இந்தக் கேள்வி பதில் பகுதியில் மூழ்கி, இசையோடு பாடி நீதி புகட்ட இந்தக் கிளைக் கதை இன்னும் பல நூற்றாண்டு பயன்பட்டுக் கொண்டே இருக்கும்.

சுஜாதா கதையிலும் இதெல்லாம் வருகிறது. யட்சனின் வழக்கமான கேள்விகள். பண்டிதர்கள் திருப்தி அடையும் பதில்கள். யட்சனுக்குப் பரம திருப்தி.

தர்மனே! நீ எல்லாம் அறிவாய் என்பது தெரிகிறது. உனக்கு எதிர்காலமும் தெரியுமோ?

தெரியும் என்றான் தருமன்.

உன் பதில்கள் என்னை திருப்திபடுத்திவிட்டது. உன் சகோதரர்களில் ஒருவன் பிழைக்கக்கூடும். நீ யாரை விரும்புகிறாயோ அவன் பிழைப்பான்" என்றது அசரீரி,

தருமன் யோசித்தான். "அசரீரியே! யாரும் பிழைக்க வேண்டாம்" என்றான். "என்னது?" என்று திடுக்கிட்டது அந்தக் குரல்.

“நான் எல்லாம் அறிவேன். எதிர்கால விஞ்ஞானமும் ரசாயனமும் எனக்கு அத்துப்புடி. என் சகோதரர்கள் இறக்கவில்லை. மயக்கத்தில் இருக்கிறார்கள். கரைக்கு வந்து நல்ல காற்றை சுவாசித்தால் போதுமானது. மரத்தில் ஒளிந்து கொண்டு வெவ்வேறு திசைகளில் குரல் கொடுக்கப் பழகிய அசரீரியே, உன் கேள்விகள் சுவாரஸ்யமாக இருந்தன. நன்றி" என்று சொல்லிவிட்டு தன் சகோதரர்களை பார்க்க சென்றான்.

இந்த முடிவுதான் சுஜாதா.

இப்படி எதிர்பாராத முடிவுகள் அறிவியல் கதையில் சாத்தியம். அவை கதையின் போக்குக்கு ஒரு புது அர்த்தத்தைக் கொடுத்து, ஒரு தடவை படித்த கதையை இன்னொரு தடவை படித்து அந்த முடிவுக்கு இட்டுப் போகிற கதைப் போக்கு சார்ந்த நகாசு வேலைகளை நிதானமாக ரசிக்க வைக்கும்.

சுஜாதாவின் ‘திமலா’ அப்படியான கதை. இன்றைக்கு எழுபது வருடம் முன் சென்று எதிர்காலத்தில் நடக்கிறது. திமலா என்ற ஊருக்குப் போய்வர ஒரு கணவனும் மனைவியும் மனுப் போடுகிறார்கள். எழுபது வருடத்துக்கு அப்புறம் இன்றைய அடிப்படைக் குடும்ப உறவான கணவன் மனைவி இருப்பதே ஆசுவாசம். மேலும் ஆசுவாசமாக இவர்களின் மனு பரீசீலிக்கப்பட்டு திமலாவுக்கு வர, ஒரே ஒரு நிமிடம் அங்கே இருந்து விட்டு வர அனுமதி கிடைக்கிறது. வீட்டு மாடிக்கே வந்து வாகனம் அழைத்துச் செல்கிறது. தம்பதி திமலா போகிறார்கள். நகரும் படிக்கட்டில் ஏறி நிற்க, ஊஷ் என்ற சத்தத்தோடு பெல்ட் நகர ஆரம்பிக்கிறது.

“உங்களுக்கு இருபது செகண்ட் அனுமதிக்கப் பட்டிருக்கிறது. ஆசை தீர சேவிக்கலாம். அர்ச்சனை தமிழிலா அல்லது வேறு மொழியா”?

கோவில் பூசாரி விசாரிக்கிறார். தரிசனம் ஆகிறது. வேங்கடவன்!

திருமலை திமலா ஆகச் சுருங்கி, ஆண்டவனுக்கும் டெக்னாலஜி கட்டுப்பாட்டுக்குள் இருந்து அருள் பாலிக்க வேண்டிய கட்டாயம். இதையெல்லாம் நம்மைக் கற்பனை செய்ய வைத்து விட்டுச் சட்டென்று முடித்து விடுகிறார். நாளை திருமலை திமலாவாக, பழனியம்பதியும், தென்குமரியும், திருச்சீரலைவாயும், வேளாங்கண்ணியும், நாகூரும் திமலா

போல் ஆகலாம். வாழ்க்கை எதற்கும் நிற்பதில்லை. வரும் தலைமுறைகள் இதை எப்படி எதிர்கொள்வார்கள் என்பது அவர்களுக்கே தெரியும்.

சுஜாதாவின் 'மஹாபலி' அவருடைய மற்றச் சிறுகதைகளில் இருந்து மாறுபட்டது. 'ஒரு லட்சம் புத்தகங்கள்' கதையில் அந்த அற்புதமான கதைக்காரன் உள்ளில் பொங்கிப் பெருகிய தார்மீகக் கோபம் நீட்சி அடைந்து, அடுத்த தலைமுறைக்கு இந்தத் தலைமுறை இழைத்துக் கொண்டிருக்கும் அறம் சாராத கொடுமை பற்றி சிந்திக்க வைப்பது. வன்முறையையும் தீவிர வாதத்தையும் அவற்றுக்கு ஆதரவு தெரிவிக்காமல், ஊற்றுக் கண்களைத் தேடச் சொல்கிற அபூர்வமான கதை இது.

மாமல்லபுரம் கடற்கரையில் ஒரு சாதாரண தினத்தில் பள்ளிக்கூட மாணவிகள் வந்து இறங்க, ஆசிரியை குடைவரைக் கோயில் சிற்பங்களைப் பற்றி அவர்களிடம் சொல்லவில்லை. அவை பற்றிய அடிப்படை பரிச்சயமோ புரிதலே இல்லாத தலைமுறையில் வந்தவள் அவள்.

'சிலை வடித்தான் ஒரு சின்னப் பெண்ணுக்கு' சினிமா பாட்டு இங்கே தாண்டி ஷூட் பண்ணினாங்க'.

அவர்களுக்கு *1200* வருட சிற்ப பாரம்பரியம் கொண்ட மாமல்லபுரம் இன்பச் சுற்றுலா தலமாக, சினிமா படப்பிடிப்பு நிகழ்வுகளை மட்டும் சுமந்து நிற்பதாக கூட்டறிவில் பதிகிற நகை முரணோடு கதை முன்னேற, கடற்கரையில் காத்து நிற்கிற இளைஞன். மோசர்ட்டின் மேற்கத்திய இசை செவ்வியல் சங்கீதத்தில் ஈடுபாடு உடைய, மென்மையான உணர்வுகளோடு கவிதைகளை நேசிக்கிற, காண்டின்ஸ்கியின் ஓவியங்களை ரசிக்கிற, பாபி பிஷரின் சதுரங்க விளையாட்டில் பிரமிக்கிற கொஞ்சம் அசாதாரணமான இளைஞன். புத்திசாலி.

அவன் தேடி வந்த பேராசிரியர் அவனை சந்தித்து வீட்டுக்கு அழைத்துப் போகிறார். அவர் மாமல்லபுரம் சிற்பங்கள் பற்றி எழுதும் விரிவான நூலுக்கு தகவல் சேகரிக்கும் உதவியாளனாக வேலை தொடங்குகிறான். புத்தகம் பற்றிய அவன் விமர்சனங்களைப் பேராசிரியர்

கேட்டாலும் பொருட்படுத்தவில்லை. அவருடைய இளம் வயது மகளுக்கு நல்ல தோழனாகிறான் இந்த இளைஞன். அவனையே மாப்பிள்ளை ஆக்கிக் கொள்ளலாம் என்று பேராசிரியர் முடிவு கட்டும்போது போலீஸ் வருகிறது. இளைஞன் ஓர் தீவிரவாதி. ஏகப்பட்ட கொலை செய்தவன்.

அவன் அந்தப் பெண்ணோடு வீட்டுக்குத் திரும்பும்போது போலீஸ் சுற்றி வளைக்க அந்தப் பெண்ணைப் பிணைக் கைதியாகக் கடத்திக் கொண்டு ஓடுகிறான் இளைஞன். வெகுதூரம் போகவில்லை. மாமல்லபுரம் கடற்கரையில் அவன் கதை முடிகிறது.

'நிலவொளியில் அந்தக் கடற்கரைக் கோவில்களைப் பார்த்து விடணும்' என்று இறப்புக்கு முன் ஒரே ஒரு ஆசையை, தான் அன்பு செலுத்திய பெண்ணை பிணைக் கைதியாக்கி அங்கே கூட்டி வந்து நிறைவேற்றிக் கொள்கிறான். அவள் மேல் சுண்டு விரல் நகம் கூடப் படாமல் அனுப்பி விட்டு இறக்கிறான்.

'நம் இளைஞர்களை நம் கடற்கரையில் நாமே சுட்டுப் பலி வாங்கும்படியாக எங்கே எந்தக் கட்டத்தில் இந்த நாட்டில் பெரியவர்கள் தப்பு செய்துவிட்டோம்? நன்றாகத் தானே ஆரம்பித்தோம்? எங்கே தப்பு செய்தோம்? எங்கே'?

பேராசிரியர் கேட்க, காவல் அதிகாரி பதில் சொல்கிறார் -

'அந்தக் கேள்வியெல்லாம் கேட்கிறதில்லை நாங்கள்'.

கதை முடிகிறது. காவல் அதிகாரி கேட்காவிட்டாலும் கதை படிக்கிற ஒவ்வொரு வாசகரும் கேட்கிற கேள்வி இன்னும் நிற்கவில்லை. பதில் கிடைக்காத புதிர் இது.

'தமிழின் பத்து நல்ல சிறுகதைகள்' பட்டியல் உருவாக்க முன்னெடுப்பாக முரகாமி, மார்க்வெஸ், கஃப்கா, சாதத் ஹஸன் மாண்டோ, போர்ஹெ, டாக்டரோவ், என்.எஸ்.மாதவன், பால் சகாரியா, ஓ.வி.விஜயன், ஐசக் அசிமோவ், ப்ரைமோ லெவி என்று பலரும் பல மொழிகளிலும் எழுதிய உலகச் சிறுகதைகளைத் தேடியெடுத்துப் படிக்க வேண்டும். வாசிப்பை சுஜாதாவில் தொடங்கலாம்.

4 – அறிவியல் புனைவு

தமிழில் அறிவியல் கதைகள் நிறைய வருவதில்லையே, ஏன்? ஒரு நண்பர் கேட்டார். மற்றொருவர் பதில் சொன்னார், "சுஜாதா மறைந்து விட்டாரே". இது நகைச்சுவைக்காகச் சொல்லப்பட்டது தான் என்றாலும் இதில் சிறிது உண்மையும் உண்டு.

தமிழில் அறிவியல் எழுத்துகள், புனைகதையாக இல்லாமல் கட்டுரைகளாகவே 1940-களில் தொடங்கி அவ்வப்போது எழுதப்பட்டன. 'திண்ணை ரசாயனம்', வேதியியலை எளிமையாக விளக்கத் துறை வல்லுனராக இல்லாவிட்டாலும், அறிவியல் தேடலில் விருப்பம் மிகுந்தவராக இருந்த தேசியத் தலைவர் ராஜாஜியால் எழுதப்பட்ட கட்டுரைகளின் தொகுப்பு. 1940-களில் கல்கி வார இதழில் பிரசுரமாகி நல்ல வரவேற்பைப் பெற்ற கட்டுரைகள் இவை.

ராஜாஜி போல், பெ.நா.அப்புசுவாமி மற்றுமோர் அறிவியல் தமிழ் எழுத்தாளர். 1917-இல் எழுதத் தொடங்கி 1986 வரை அவர் எழுதி வெளிவந்த அறிவியல் கட்டுரைகளின் எண்ணிக்கை சில நூறுகளை லகுவாகத் தாண்டும். தள்ளாத பிராயத்தில் தான் எழுதிய படைப்பைப் பத்திரிகைக்கு அனுப்ப அஞ்சல் அலுவலகத்துக்கு நடந்தபோது தான் இந்த ஜாம்பவான் காலமானார்.

தமிழில் அறிவியல் புனைகதை தொடக்கத்தில் ஆங்கிலத்திலிருந்து மொழிபெயர்ப்பு மூலமே அடியெடுத்து வைத்தது. பத்தொன்பதாம் நூற்றாண்டில் கவிஞர் ஷெல்லியின் மனைவி மேரி ஷெல்லி எழுதிய Frankenstein or The Modern Prometheus முதல் அறிவியல் புதினம் எனக் கொண்டாடப்படுகிறது. இதை 1940-களில் பிரேத மனிதன் என்ற பெயரில் புதுமைப்பித்தன் மொழிபெயர்த்து, தமிழில் இந்தத் துறைக்குப் புதிய வாய்க்கால் வெட்டியிருக்கிறார்.

அறிவியல் புனைகதை எழுத, அறிவியல் அறிதல் அவசியம். ரத்தினக் கம்பளங்கள் பறக்கும், டிராகன்கள் உலவும் மாயாஜாலக் கதைக்கும் (fantasy) வேற்று கிரகத்துக்குப் பயணம் செய்து, புவியீர்ப்பு விசை அங்கே இல்லாத காரணத்தால் விண்வெளி வீரர்கள் மிதக்கும் (இது ஓர் உதாரணம் தான்) அறிவியல் கதைக்கும் நிறைய வேறுபாடு

உண்டு. ஆங்கிலத்தில் ஐசக் அசிமோவ் போன்றோர் மாயாஜாலம், புனைவு என்று இரண்டு துறையிலும் சிறப்பாகக் கதை எழுதியிருக்கிறார்கள். சுஜாதா அடிப்படையிலேயே அறிவியலார் என்பதால், அறிவியல் கதைக்குக் கடந்து சென்று எழுதி வர அவருக்கு இடையூறேதும் இருந்ததில்லை.

படைப்பிலக்கிய எழுத்தாளர்களுக்கு ஏற்படாத ஒரு கஷ்டம் அறிவியல் எழுத்தாளர்களுக்கு உண்டு. படைப்பாளிகளுக்கு நினைவும் எழுத்தும் ஏதாவது காலத்தில் உறைந்து போனாலும் தப்பு இல்லை. அதை எழுத்துக்கு வலிமை தரும் அம்சமாகக் கூடப் பார்ப்பவர்கள் உண்டு. ஆனால் அறிவியல் எழுத்தாளர்கள் படித்தும், கேட்டும், பார்த்தும் தம் அறிவை சதா புதுப்பித்துக்கொண்டே இருக்கவேண்டும். சுஜாதா இதைச் செய்திருக்கிறார்.

அறிவியல் சிறுகதை படிக்கும் நாட்டமுள்ள வாசகர் கூட்டம் பரந்த சிறுகதை வாசகர் கூட்டத்துக்குள் ஒரு சிறு பகுதிதான். இவர்கள் அறிவியலில் நாட்டமுள்ளவர்களாக, ஆங்கில இலக்கிய வடிவமான சை.ஃபை SciFi Science Fiction என்ற அறிவியல் புனைவுச் சிறுகதை வாசகர்களாகவும், அறிவு பூர்வமாக எல்லாவற்றையும் அணுகக் கூடியவர்களாக, பெரும்பாலும் இளைஞர்களாக இருப்பது இயல்பானது. தங்களுக்கான அறிவியல் புனைவுகள் கிடைக்காவிட்டால், தானே எழுதிப் படித்து ரசிக்கவும் இவரில் சிலருக்கு ஆற்றலுண்டு.

அறிவியல் சிறுகதைக்கு ஒன்று விட்ட உறவாக, வாசக ஆதரவுக் கூட்டமும் உண்டு. இவர்களின் எதிர்பார்ப்பில் நல்லவர்களே பக்கத்துக்குப் பக்கம் வெற்றி பெற்று, உலகம் சீரும் சிறப்புமாக செழித்திருப்பதைச் சொல்லும் அறிவியல் கதைகளே நமக்கு வேண்டும். அறிவியல் கதையில் நீதி போதனையை எதிர்பார்க்கிறவர்கள் இவர்கள்.

இப்படி அறிவியல் புனைகதை குறித்த எல்லா எதிர்பார்ப்புகளையும் நிறைவேற்றிக் கதை எழுதினால், அடுத்த பிரச்சனை. கலைச் சொற்கள் (scientific terms) வராமல் அறிவியல் இலக்கியம் எப்படி எழுதுவது? அறிவியல் குறித்த பெரும்பாலுமான கலைச் சொற்கள் ஆங்கிலத்தில் உள்ளவை. அவற்றை அப்படியே கதையில் கையாண்டால், அதுவும் அதிகமாகப் பெய்தால் கதை படிப்பதில் பிடிப்பு இருக்காமல்

போக வாய்ப்புண்டு. தூய தமிழ்ச் சொற்களைப் பாவித்தால், புரிதல் கடினமாகலாம்.

சுஜாதாவும் எளிய, அழகான தமிழால் ஈர்க்கப்பட்டவர். தமிழில் எளிமையான கலைச்சொற்கள் உருவாக்கப்பட்டு இருந்தால் அவற்றைத் தன் புனைவில் பயன்படுத்தத் தயங்கியதே இல்லை. தமிழ்க் கலைச் சொல்லோடு கூட முதல் தடவை அதன் ஆங்கில மொழிப் பதமும் பயின்று வருமாறு பார்த்துக் கொள்வார். தமிழ்ச் சொல்லை வாசகனின் நினைவில் விதைத்து விட்டு அப்புறம் தமிழில் மட்டும் சொல்லாண்டு போவார் அவர். அறிவியல் கோட்பாடுகளை உறுத்தாமல் எளிய தமிழிலும் தேவையான மேம்பொடியாக ஆங்கிலத் தூவலுமாக அமைத்துக் கதையை எடுத்துப் போவதில் அவர் மன்னர். கதைக்குள் அறிவியலைக் 'கடத்திக்கொண்டு போவதில்' மகிழ்ச்சி அடைந்தவர் சுஜாதா.

கம்ப்யூட்டர் என்ற சொல்லாட்சி, 1980-களில் இந்த இயந்திரங்கள் இந்தியாவில் பரவலாக்கப்பட்டபோது எல்லா மொழிகளிலும் கடந்தேறியது. சுஜாதா தன் கதை, கட்டுரைகளில் கம்ப்யூட்டர் என்ற சொல்லைத் தொடக்கத்தில் பயன்படுத்தினார் - 'கம்ப்யூட்டரே, ஒரு கதை சொல்லு' கதைத் தலைப்பு உதாரணம்.

கம்ப்யூட்டர் என்பதற்கு நேரான கணிப்பொறி என்ற தமிழ்ச் சொல்லை அறிமுகப்படுத்த அடைப்புக் குறிக்குள் கம்ப்யூட்டர் என்ற சொல் வந்தது. கணிப்பொறி போய் கணினி என்ற பயன்பாடு மிகுதியாக அப்புறம் பயன்படுத்தப் பட்டது.

Silicon Chip என்ற ஆங்கிலப் பதத்தை சிலிகான் சில்லு என்று எளிமையாக மொழியாக்கம் செய்தவர் அவர். 'சிலிகான் சில்லுப் புரட்சி' - அவருடைய அறிவியல் கட்டுரைத் தொகுப்பின் பெயர் இது. அது அடுத்த அத்தியாயத்தில்.

தமிழ் அறிவியல் சிறுகதைகள் கணினியியல் சம்பந்தப்பட்டே கிட்டத்தட்ட முழுவதும் அமைந்தவை. சுஜாதா பொறியியலார் என்பதால் அவருடைய அறிவியல் கதைகளும் ஒரு கட்டம் வரை கம்ப்யூட்டர் முதன்மை பெறும் சூழலை அடிப்படையாகக் கொண்டு நிகழ்ந்தவை.

அறிவியல் சிறுகதை அண்மைக் காலம் வரை விஞ்ஞான சிறுகதை என்றே குறிப்பிடப்பட்டு வந்தது. சுஜாதாவும் இப்படிக் குறிப்பிட்டவர்களில்

விதிவிலக்கில்லை. அவர் இந்த வகைக் கதைகள் பற்றி விளக்குவது இப்படி -

விஞ்ஞானக் கதையில் விஞ்ஞானம், ராக்கெட், எதிர்காலம் எல்லாம் இருந்தாக வேண்டும் என்கிற கட்டாயம் இருப்பதாகப் பலர் எண்ணிக்கொண்டிருக்கிறார்கள். இவையெல்லாம் விஞ்ஞானக் கதையில் இருக்கலாம். ஆனால் இவை இருந்தால் மட்டும் அது விஞ்ஞானக் கதையாகி விடாது. அதேபோல் இவை எதுவும் இல்லாமலும் விஞ்ஞானக் கதை எழுத முடியும். அவ்வளவு தூரத்திற்கு இந்த கதை வடிவை மேல்நாட்டில் வளர்த்திருக்கிறார்கள்.

அறிவியல் கதை எழுத முனைவோர் கருத்தில் கொள்ள வேண்டியவை, அந்தக் கதை சென்றடைய வேண்டிய இலக்கான வாசகவெளி (வயதும், அடிப்படை அறிவியல் பரிச்சயமும் முக்கியமாக), கதைப் பொருளில் அடிப்படை அறிவியல் மீறப்படாமல் வைத்திருக்கும் பொறுப்பு, மீறினால் அதற்காகக் கற்பிக்க வேண்டிய நியாயம் மற்றும் கதைக்கான பேச்சுமொழி இவையே. அறிவியலின் எந்தத் துறை குறித்து எழுதினாலும், எழுத வந்தவருக்கு அத்துறை சார்ந்த அறிவு தேவை. அனுபவம் இருந்தால் நன்று.

சுஜாதா இது பற்றி கூடுதலாகச் சொல்கிறார். விஞ்ஞானக் கதைக்கு, நான் புரிந்துகொண்டவரை, முக்கியமான தேவை வாசகர்களை சம்பிரதாய கதை அமைப்பிலிருந்து விலகிப் போய் சிந்திக்க வைக்கவேண்டியது. கதையில்தான் விஞ்ஞானம் என்றில்லை! கதை எழுதும் விஞ்ஞானமும் இதில் அடங்குகிறது.

எடுத்துக்காட்டாகச் சொல்வது இக்கதையை - கதைமாந்தரே இல்லாத ஒரு விஞ்ஞானக்கதை கூட இருக்கிறது. நடுக்கடலில் ஒரு காலியான படகில் நடைபெறுவது!

எதிர்காலத்தில் இப்படி இருக்கக் கூடும் என்று அறிவியல் ஆருடமாக எழுதும் கதைகள் வெற்றி பெறக் கூடியவை. இவ்விதமான கதைகள் சிறக்க அவை எப்படி இருக்க வேண்டும்? சுஜாதா சொல்வது இது -

எதிர்காலத்தில் நல்லதே நிகழும் என்று எழுதினால் அதில் சுவாரஸ்யம் இருக்காது. விதிகளை மாற்றிப் போட்டு

அவைகளுக்கிடையே உள்ள புதிய முரண்பாடுகளைச் சொன்னால் தான் படிக்கச் சுவையாக இருக்கும். சொர்க்கத்தில் எல்லோரும் சந்தோஷமாக இருந்தார்கள் என்று சொன்னால் அது கதையல்ல. போர் அடித்துவிடும். அந்த சொர்க்கத்திலும் முதுகுவலி டயாபடீஸ் பொறாமை போன்றவை இருந்தால் தான் படிக்கத் தோன்றும்.

அறிவியல் கோட்பாடுகளையும், நிகழ்வுகளையும் அப்படியே எழுதினால் விஞ்ஞானக் கதை ஆகி விடுமா? இல்லை என்கிறார் சுஜாதா.

உண்மையான விஞ்ஞானமாக இல்லாமல் இன்றைய விஞ்ஞானத்தின் விபரீதமான நீட்டல் தான் விஞ்ஞானக் கதைகளின் பொது அம்சமாக இருக்கும்.

அறிவியல் கதை வெற்றி பெறுவது எப்போது என்ற கேள்விக்கு எதிர்மறை நோக்கிலிருந்து அவர் பதிலாக அளிப்பது இது -

வி.கதையில் உள்ள விஞ்ஞானம் புரியவில்லையென்றால் அந்தக் கதை செத்துவிட்டது என்று அர்த்தம்.

வெற்றி பெற்ற, சுஜாதாவுக்குப் பிடித்த அறிவியல் கதை ஆசிரியர்களில் ரே ப்ராட்பரியும் டக்லஸ் ஆடமும் உண்டு.

அவருடைய அறிவியல் கதைகளில் வரும் பாத்திரங்கள் விநோதமானவர்கள் -

"கடவுள் பெட்டி - சிம்பிள். கடவுள் எங்கும் இருக்கிறார். இந்த பெட்டிக்குள்ளே கொஞ்சம் சிரப் மாதிரி, கான்சன்ட்ரேட் மாதிரி அவரை கிரகிச்சு அடச்சு வெச்சிருக்கேன்".....

இப்படிச் சொல்கிற கதாபாத்திரம் ஒரு விஞ்ஞானி, டாக்டர் ராகவானந்தம்.

அந்நிய கிரகம் எதிலோ இருந்து ரிடையர்ட் ஜட்ஜ் பட்டாபியை சந்திக்க வருகை தரும் பேனா உடம்பு மனிதர்கள் அவர் வாழ்க்கையை நரகமாக்க, அவர்களை விட்டு விலகி ஓடுவார் பட்டாபி. உபக்கிரகம் என்பது கதைத் தலைப்பு.

எமதர்மராஜன் மாருதி காரில் வரும் தருமு மாமாவாக சுஜாதாவின் இன்னொரு கதையில் முக்கியக் கதாபாத்திரம் ஆகியிருக்கிறார்.

'கடவுளும் கந்தசாமிப் பிள்ளையும்' என்ற புதுமைப்பித்தனின் சிறுகதை இந்த வகையில் தன் கதைக்கு முற்பட்டது என்கிறார் அவர்.

சுஜாதா எழுதிய ஏராளமான அறிவியல் சிறுகதைகள் இருந்தாலும், எடுத்துக்காட்டாகக் குறிப்பிடத் தகுதியானவை இவை -

அறிவியல் சிறுகதை ராகவேனியம் 277. விஞ்ஞானி ராகவானந்தம் வருடக் கணக்காக ஆராய்ச்சி செய்து உழைத்து சிகப்பு நிறத்தில் சிறிய ப்ளாஸ்டிக் டப்பாவில் வைத்து ராகவேனியம் 277 என்ற மிகுந்த சக்தி வாய்ந்த வெடிபொருளை உருவாக்குகிறார். ஆறு மணி நேரம் மட்டுமே அமைதியாக இருந்து அப்புறம் வெடித்து உலகையே அழிக்கும் வல்லமை கொண்ட பொருள் அது. டாக்டரின் மகள் மாலதி அதைத் தொலைத்து விடுகிறாள். அதைத் தேடும் சுவாரசியமான நிகழ்வு தான் கதை.

எதிர்காலத்தில் உலக அளவில் நடக்கும் அணு ஆயுதப் போருக்குப் பின் நிகழ்வது அவருடைய சிறுகதையான 'சூரியன்'. உலகம் கதிரியக்கத்தால் பாதிக்கப்பட்டு நீரும், காற்றும், மண்ணும் நச்சுத் தன்மை கொண்டதாகிறது. உயிரோடு தப்பியவர்கள் நிலத்தடியில் வசிக்கத் தொடங்குகிறார்கள். ஒருவருக்கு தினம் 200 கிராம் சோறு, 6 கிராம் பருப்பு, ஒரு தேக்கரண்டி பால் பவுடர் இதுதான் அரசு அளிக்கும் உணவு. ஒவ்வொருத்தரும் பயன்படுத்த காகிதத்துக்குக் கூட அடையாள எண் இட்டு ரேஷன். அணுசக்தியிலிருந்து கொஞ்சமாக மின்சாரம் தயாரித்து நிறைய நேரம் இருட்டும் சிறிது நேரம் ஒளியுமாக இரவும் பகலும் கற்பித்துக் கொள்ளப்படுகிறது. இன்னும் மூன்று அல்லது நான்கு வருடம் தான் நிலத்தடியில் இப்படி வாழ முடியும். அதற்குள் பூமிக்கு அடியிலேயே வளர செயற்கைப் பயிர், அது வளர்ந்து அறுவடையாக செயற்கை சூரிய ஒளி என்று எல்லாம் கண்டுபிடித்தாக வேண்டும். இந்த சூழலில், ஆத்மா என்ற ஒரு அறிவியலாளரின் பிள்ளைப் பருவ மகன் அவருடைய ஆபீஸ் பேப்பரில் சூரியன் பற்றிக் கற்பனை செய்து கவிதை எழுதுகிறான். கடுமையான, தேச விரோதச் செயல் கவிதை எழுதுவதும், காகிதம் வீணாக்குவதும். அந்தக் கவிதையைப் படிக்கக் கிடைத்த மேலதிகாரி ஆத்மாவை அழைத்து, மகனைக் கவனமாக வளர்க்கச் சொல்கிறார். சிறுவன் என்பதால் மன்னித்ததாகவும் மற்றவர்கள் என்றால் இன்னேரம் மரண தண்டனை நிறைவேறி இருக்கும் என்றும்

எச்சரிக்கிறார். சூரியன் மேல் சிறுவனுக்கு விருப்பம் தொடராமல் இருக்க, அனுமின் உற்பத்தி இயந்திரங்களை ஆத்மா சோதித்து வர, சிறு பழுது நீக்கத் தரைக்கு மேல் போகும்போது கூடக் கூட்டிப் போய் ஒரு நிமிடம் ஜன்னல் வழியே சூரியனைக் காட்டச் சொல்கிறார் அதிகாரி. அழைத்துப் போய், ஆத்மா, மகனுக்குச் சூரியனைக் காட்டுகிறான். சுஜாதா கதை முடிவில் சொல்கிறார் -

'அழகான கருநீல வானத்தில் தொடங்கி அது மெள்ள மெள்ள அடிவானத்தில் ஆரஞ்சு நிறமாகியது. கடல் அலைகளையும் தங்கம் தொட்டது. அமோக ஒளிவெள்ளமாக நடுங்கும் பொன் நிறத்தில் சூரியன் மெதுவாக எழுந்து கொண்டிருந்தான்'.

பூமிக்கு அடியே இருக்கிற தானியத்தை, இருக்கிற நம்பிக்கைகளைப் பகிர்ந்து கொண்டு இன்னும் எத்தனை காலம் தலைமுறை தலைமுறையாக மனித இனம் செத்தவர் போல் சுரத்தின்றி வாழப் போகிறது? அப்படி சகலமானதும் அழிந்துபட வைக்கும் அணு ஆயுதங்களை வாங்கி அடுக்கி, அண்டை நாடுகள் பொருதத் தயாராக இருப்பதை விட, நட்பு பூண்டு உலகம் செழிக்க பாடுபடுவது மேலானதல்லவா என்று ஆத்மா மூலம் கேட்காமல் கேட்கிறார் சுஜாதா.

இனி சுஜாதாவின் அறிவியல் புதினங்களைப் பார்ப்போம். இவை அவருடைய சிறுகதைகளின் அளவு, கோட்பாடு, கதையாடல் சார்ந்த நீட்சி என்று எளிமையாக விளக்கி விடலாம் தான். இதையும் மீறி, இயங்கும் வெளி, சர்வ வியாபகமான சூழல், மொழிநடை ஆகியவையும் பிரதானப்படுத்தப் படுவதில் நிகழும் ரசவாதம் சுஜாதாவின் அறிவியல் நாவல்கள்.

தாம் அறிவியல் நாவல் எழுத வந்ததன் பின்னணியைச் சொல்கிறார் சுஜாதா:

விஞ்ஞானக் கதை (Science fiction) என்பதின் தற்போதைய வடிவத்தில் அது எல்லையற்ற மிக விஸ்தாரமான கற்பனையாக இருக்கிறது. அதனால் மாற்று உலகங்களையும் மாற்றுச் சித்தாந்தங்களையும் படைக்க முடிகிறது. அதன் சாலைகளில் இருளையும் ராத்திரிகளில் வெளிச்சங்களையும் தேவைப்பட்டால் அமைத்துக் கொள்ளலாம். அதன் கடவுள்கள் ப்ரோட்டான் வடிவெடுக்கலாம். அதன்

பெண்கள் மகப்பேற்றை ஒட்டு மொத்தமாக இழந்து மீசை வளர்த்துக் கொள்ளலாம். அதன் நாய்கள் ப்ளேட்டோவைப் பற்றியும் ப்ரும்ம சூத்திரம் பற்றியும் பேசலாம். ஆயிரமாயிரம் மாற்று சாத்தியக் கூறுகளை ஆராயும் அற்புதமான சுதந்திரத்தைத் தருகிறது. கதையில் இன்றைய மனிதனின் உணர்ச்சிகளுடனும் ஆசாபாசங்களுடனும் ஏதாவது ஒரு வகையில் சம்பந்தம் அல்லது தொடர்பு காட்ட வேண்டும். அப்போது தான் நமக்கு அதில் சுவாரஸ்யம் ஏற்படுகிறது.

எல்லா மொழிகளிலும் வெற்றி பெற்ற ‘மனிதன் உருவாக்கிய ரோபோட்டுகள் மனிதனையே அடக்கியாள முயல்கின்றன’ என்ற கதைப்பொருளோடு, தமிழில் சுஜாதாவால் அறிமுகப்படுத்தப்பட்ட கதைகள் இவை.

அறிவியல் எழுத்தாளர் ஐசக் அசிமோவ் ரோபோட்டுகளின் இயக்க விதிகள் என்று மூன்று விதிகளைச் சொல்வார் -

1) ஒரு ரோபோட் தன் இயக்கத்தின் மூலமோ இயங்காமல் இருப்பதன் மூலமோ எந்தவொரு மனிதனுக்கும் காயம் ஏற்படுத்தி விடக்கூடாது.

2) ஒரு ரோபோட் மனிதக் கட்டளையை ஏற்று அதன்படி நடக்க வேண்டும். அந்தக் கட்டளைப்படி நடப்பதால் முதல் விதியை மீறுவதாக இருந்தால், அப்படி நடக்கக் கூடாது.

3) ஒரு ரோபோட் தன் இருப்பைப் பாதுகாத்துக் கொள்ள வேண்டும். அதனால் முதல் அல்லது இரண்டாம் விதியை அல்லது இரண்டையுமே மீறும் சூழ்நிலை வரும் என்றால், அப்படி நடக்கக் கூடாது.

சுஜாதாவின் ‘என் இனிய இயந்திரா’வும் அதன் தொடர்ச்சியான ‘மீண்டும் ஜீனோ’ ஆகிய அறிவியல் புதினங்கள் அவருடைய ஆழ்ந்த அறிவியல் கல்வியறிவுக்கும் வளமான கற்பனைக்கும் எடுத்துக்காட்டு. மிகுந்த இறுக்கமான கதைச் சுருக்கம் என்றால், ‘அசிமாவின் ரோபோட் இயக்கவியலை மீறி நடக்க முயலும் ரோபோட்களின் கதை’ என்று சொல்லி விடலாம். உப சுருக்கமாக, தம்மைப் படைத்த மனிதரை அடிமைப்படுத்த முயலும் ரோபாட்களின் கதை’ என்று ஒட்டிச் சேர்க்கலாம். அப்படி, by the book கோட்பாடுகளின் படி, கற்பனை சிறகு விரிக்க கதை மேலே எழுந்து பறக்கிறது.

இந்த இரண்டு அறிவியல் புதினங்களின் அடிப்படைக் கதையாடல் இதுவே -

பல அறிவியல் கதைகள் போல், எதிர்காலத்தில் கதை தொடங்குகிறது. (அறிவியல் கதை இறந்த காலத்திலும் நடக்கலாம் தான்). அரசாங்கம் தனி மனித உரிமையில் தலையிட்டு, பிறப்பையும் இறப்பையும் ஒவ்வொருவருக்கும் நிர்ணயிக்கும் காலம் அது. அரசு அனுமதித்தால் தான் பிறப்பு நிகழும். அரசு முடிவு செய்த தினத்தில் இறக்கப் போக வேண்டும். இந்த இயந்திரமயமான உலகில் சராசரி இளைஞனான சிபி திடீரென்று தொலைந்து போகிறான். அவன் மனைவி நிலா, சிபியைத் தேடாத இடம் இல்லை. அப்போது அவர்கள் வீட்டுக்கு ரவி என்ற இளைஞன் அரசு ஆணைப்படி தங்கியிருக்க வருகிறான். அவன் தன்னோடு ஜீனோ என்ற ரோபோட் நாயையும் தங்க அழைத்து வருகிறான். கணினி மூலம், ஜீனோ உதவியோடு நிலா சிபி எங்கே இருக்கிறான் என்று ஒருவழியாகத் தெரிந்து கொள்கிறாள். அவன் அரசுக்கு எதிரான இயக்கத்தில் இருப்பவன் என்ற குற்றம் சாட்டப்பட்டுச் சிறையில் வைக்கப்பட்டிருக்கிறான். நிலா முயற்சியெடுத்து, ரவி உதவிட, சிபியைத் தப்ப வைக்கிறாள். ரவியை நம்ப வேண்டாம் என்று சிபி சொன்னாலும், நிலா ரவி சொல் கேட்கிறாள். அவன் கேட்டுக்கொண்ட படிக்கு, தேசத்தின் தலைவர் சர்வாதிகாரி ஜீவாவைக் கொலை செய்ய முயல்கிறாள் நிலா. திட்டம் தோல்வியுற, நிலாவும், ஜீனோவும் தப்புகிறார்கள்.

ஜீவா மனிதனோ, கம்ப்யூட்டரோ, ஜீனோ போன்ற, அதைவிடப் பெரிய ரோபோட்டோ இல்லை என்று ஜீனோ கண்டுபிடித்து நிலாவிடம் சொல்கிறது. ஜீவா ஒரு லேசர் ஹோலோகிரம் என்ற ஒளிநகல் உருவம் மட்டும். உருவாக்கி, உலவ விட்டு, சகல விதமாகவும் மக்களைக் கட்டுப்படுத்த வைத்து சூத்ரதாரனாக ஆட்டி வைப்பது ரவிதான் என்றும் ஜீனோ தன் கண்டுபிடிப்பை நிலாவிடம் பகிர்ந்து கொள்ள, அவள் அதைப் பொதுமக்களுக்குத் தெரியப்படுத்த முனைகிறாள்.

நிலாவையும், தான் ஜீவாவுக்கு எதிரானவன் என்று நாடகமாடும் ரவியையும் மக்கள் கடல் அலையெனத் திரண்டு பாராட்டுகின்றனர். இதற்கெல்லாம் ரவியே காரணம் என்று நிலா சொல்வதற்கு முன் மக்கள் கூட்டம் ஆர்த்தெழுகிறது. ஜீனோ தப்பித்து நழுவி ஓடி விடுகிறது.

ஜீனோவை அழித்த மமதையோடு, நிலாவை பொம்மலாட்டப் பொம்மையாக இயக்கி வைத்து ஆள்கின்றார்கள் ரவியும் நண்பனும். ஜீனோ அவர்களின் கண் மறைவாக நிலாவிடம் திரும்பி வந்து, அவர்களை எப்படி வெற்றி கொள்கின்றது என்பது 'மீண்டும் ஜீனோ' என்ற இக்கதையின் இரண்டாம் பகுதியில் சொல்லப்படுகிறது.

.இந்தக் கதைகளின் பெரு வெற்றிக்கு உயிரும் உணர்ச்சியும் இல்லாத (non-living, non-sentient), செயற்கையாக உருவாக்கப்பட்ட லேசர் ஹோலோகிராம் ஒன்றை கம்ப்யூட்டர் கொண்டு இயக்கி, அசல் மனிதர், மக்கள் தலைவர் என்று நம்ப வைக்கும் உத்தியே முக்கியமான காரணம். அதோடு, ஜீனோ. ஜீனோ ஒரு இயந்திர ரோபோட் மனிதன் என்று அமெரிக்க அறிவியல் புனைகதைத் தொடர்காட்சித் தொடர்களில் வருவது போல் ஆக்கியிருக்கலாம் சுஜாதா. ஆனால், அவர் தீர்மானமாக ஜீனோவை ஒரு இயந்திர நாயாக்குகிறார். இன்றைய வெர்ச்சுவல் அசிஸ்டெண்ட் மென்பொருட்களான அலக்ஸா, சிரி, கார்ட்டானா போல மனிதக் குரலில் பேசி இடைபடவும், நீட்சேயின் ஜரதுஷ்ட்ரா புத்தகம் படிக்கவும், சிந்திக்கவுமாக, ஜீனோவை மீமனிதனாக்கி ஆனால் பரிவுணர்ச்சியும், போராட்ட உணர்வும் கொண்ட நாயாக சுஜாதா உருவாக்கியதில் பெருவெற்றி பெற்றிருக்கிறார். செயற்கை அறிவும், உணர்வு இல்லாத தன்மையும், சராசரி மனிதனை விட அதிகம் உடல் பலமும், சக்தியும் கொண்டவைகளாக கணினி வகை இயந்திரங்களை உருவாக்கினாலும், அவை மனித குலத்துக்கு தொடர்ந்து நன்மை புரிவதே தேவை என்பதை அழுத்தமாகத் தன் கதைப்பரப்பில் நெய்து காட்டியவர் சுஜாதா.

சுஜாதாவின் அறிவியல் நாவல்களின் இன்னொரு முக்கியத்துவம் வாய்ந்த படைப்பு 'சொர்க்கத் தீவு' ஆகும். 1971-இல் அவர் எழுதியது இது. அறிவியல் நாவலாகவும் அரசியல் புதினமாகவும் இதை இரண்டு விதமாகப் படிக்க முடியும். ஜியார்ஜ் ஆர்வெல்லின் '1974' நாவல் இந்த வகை நாவல்களுக்கு முன்னோடி. சுஜாதா தன்னுடைய 'சொர்க்கத் தீவு' பற்றிப் பேசும்போது ஆர்வெல் பற்றியும் குறிப்பிடுகிறார் -

சொர்க்க தீவு நாவல் தொடர்கதையாக வந்த போது: ஒருவர் இது "ஜார்ஜ் ஆர்வெல்லின்" 1984 போல இருக்கிறதே? என்று கேட்டார். என் பதில் :

பெரும்பாலும் எல்லா சயன்ஸ் ஃபிக்ஷன் நாவல்களிலும் பொதுவான சில அம்சங்கள் இருக்கும்.

1. எதிர் காலத்தை பற்றி அவை சொல்லும்.
2. இன்றைய சமுக அமைப்புக்கு பதிலாக, மாறுதலாக ஒரு புதிய அமைப்பை அவற்றில் சொல்வார்கள்
3. அந்த புதிய அமைப்புக்கு எதிராக ஒருவன் முயற்சி செய்வான்.

ஆனால் நான் படித்த நாவல்களின் பாதிப்பு சொர்க்க தீவில் இல்லவே இல்லை என்று சூடம் அணைத்து சத்தியம் பண்ணுவதற்கு நான் தயாராக இல்லை.

சுருக்கமாகச் சொர்க்கத் தீவைப் பார்க்கலாம் -

சென்னையில் கம்ப்யூட்டர் பொறியியலாரான அய்ங்காரை யாரோ கடத்தி, வெளியே தெரியாத மிகச் சிறிய தீவு-நாட்டுக்கு அழைத்துப் போகிறார்கள். அந்த நாட்டை ஆளும் சத்யா தன் ஆட்சிக்கு உறுதுணையான கணினி அமைப்பில் பிழை ஏற்பட்டிருப்பதாகவும் அதைத் திருத்தித் தர வேண்டுமென்றும் வெகுமதி ஆசை காட்டி அய்ங்காரை பணியை ஏற்றுக் கொள்ளச் சொல்லித் தூண்டுகிறான்.

அய்ங்கார் அந்த சொர்க்கத் தீவு வாசிகள் தமிழ் பேசுகிறவர்கள் என்றும் மனதளவில் அவர்கள் எல்லோரும் திருப்தியானவர்கள் என்றும் அறிந்து கொள்கிறார். அவர்களுக்கு அப்பா, அம்மா போன்ற எளிமையான தமிழ்ச் சொற்கள் தெரியவில்லை என்பதையும் அதிர்ச்சியோடு கவனிக்கிறார் அவர். மக்கள் உள்வட்டம், வெளிவட்டம் என்ற இரண்டு பிரிவில் அரசாங்கத்தால் பிரிக்கப்படுகிறார்கள். உள்வட்டத்தினர் சகல சலுகைகளும் கிட்டும் கும்பல். அரசாங்கம் சொன்னால்தான் குழந்தை பெற்றுக் கொள்ளலாம். அரசாங்கம் ஏறபாடு செய்தபடி 54 வயதில் கட்டாயமாக இறக்க வேண்டும். யாரும் ஏன் என்று கேட்காமல் கட்டுபட்டுகிறார்கள்.

"சத்யா மக்களுக்குக் கட்டாயமாக மருந்து கொடுத்து அவர்களைத் தன் கட்டுப்பாட்டில் வைத்திருக்கிறான். சத்யா சொற்படி நடந்து கம்ப்யூட்டர் அமைப்பைச் சரிசெய்து தொடர்ந்து மக்களை உடல், மனம்,

சிந்தனை ரீதியாக அடிமையாக வைத்திருக்க அய்ங்கார் துணை போக வேண்டாம்" என்று சத்யாவுக்கு எதிராகப் புரட்சிக்கு முயலும் கௌதம் அவரை ரகசியமாகச் சந்தித்துச் சொல்கிறான்.

கம்ப்யூட்டரைச் சரிப்படுத்தி விட்டுச் சென்னை திரும்பியதாகச் சொல்லும் கதைசொல்லி (அய்ங்கார்தான்) நமக்குத் தெரிவிக்கிறார் - "நான் கணினியில் ஒரு லேபிளை மாற்றி விட்டேன். அதனால் அனைத்து மக்களுக்கும் கொடுக்கிற மருந்து அடுத்த ஒரு மாதம் வேலை செய்யாது. அனைவரும் விழித்து கொள்வார்கள்". அந்தத் தீவு மக்கள் விடுதலை அடைந்தார்களா என்று நம்மை யோசிக்க வைத்துக் கதை முடிகிறது.

அவருடைய 'திசை கண்டேன் வான் கண்டேன்' இன்னொரு குறிப்பிட வேண்டிய அறிவியல் நாவலாகும். நூலின் முன்னுரையில் கதைக் கருவாகத் தரப்படுவது இது - வேற்று கிரகத்திலிருந்து பூமிக்குப் புறப்பட்டு வரும் மனித உணர்வுகள் இல்லாத (non sentient) யந்திரங்கள் கூட - பூமிக்கு வந்து இங்குள்ள மக்களுடன் பழகிய பிறகு, இங்குள்ளவர்களைப் போலவே நன்றும் அல்லாதவையுமான ஆசாபாசங்களுக்கு அடிமைப்பட்டு விடுகிறார்கள்.

ஆண்ட்ரோமீடா விண்மீன் தொகுதியில் (கேலக்ஸி) இடம் பெறும் நோரா கிரகத்தினர் காலக்ஸிகளுக்கு இடையே ஒரு பாலம் அமைக்கத் திட்டமிடுகிறார்கள். பாலம் நீண்டு நிலைக்கப் போகும் வழியில் பூமி என்னும் நம் கிரகம் தடையாக நிற்கிறது. பூமியை அழிக்கத் தீர்மானித்து, அதை 'பூமியின் 'தலைவர்கள்' என்று அவர்களாகவே முடிவு செய்த ஐ.நா அவையிடம் அறிவிக்க ஒரு விண்வெளி வீரனை பூமிக்கு அனுப்புகிறார்கள். அவன் மட்டுமில்லை, அவனைச் சுமந்து வரும் விண்கலமும் அதீதமான அறிவு கொண்டது.

இளைஞன். உதவியாளனோடு பேசுவதில் இருந்து பூவுலகம் பற்றி யாருக்கும் நல்ல அபிப்பிராயம் இல்லை என்று தெளிவாகிறது -

"யாருமே நிம்மதியா, சந்தோஷமா இல்லைங்க. எல்லோரும் சின்ன சதுரமான காயிதத்துக்கு அலையறாங்க. பாதிப் பேருக்கு மண்டையிலே மயிர் இல்லை. கவலை. பொய் சொல்றாங்க. தன் இனத்தையே அழிச்சுக்கிறாங்க".

அந்தச் சின்ன, சதுரமான காகிதம் கரன்சி நோட்டு தான்.

பேச்சுக்கு நடுவே, 'கடவுளே' என்று ஆற்றாமையோடு சொல்ல, என்ன நடக்கிறது?

கூப்டீங்களா?" என்று ஒரு உப தெய்வம் வர

"யோவ் ஏதோ ஒரு பேச்சுக்கு கடவுளேன்னா வந்துர்றதா? உங்களுக்கெல்லாம் வேற வேலை இல்லையா?"

அந்தக் கடவுள் காதைச் சொறிய, பாரி "சில்லறையா இல்லை, போய்ட்டு அப்புறம் வா" என்றான்.

விண்மீன் தொகுதிகளுக்கு இடையே ஒளிவேகத்தில் பயணம் போகும் புத்திசாலி வாகனம், செலுத்திச் செல்கிறவனோடு 'கடலோடியின் சமுத்ர மணம் திறவுரா திருக்கோவில்' என்று அடர்த்தியான புதுக் கவிதை பகிர்ந்து கொள்ள முயல்கிறது. உருவம் மாறி (மார்ஃப்) சென்னைக் கடற்கரையில் குழந்தைகள் சவாரி செய்யும் மட்டக் குதிரையாகிறது. மார்ஃப் ஆன மட்டக் குதிரை ஏறிய, சூயிங் கம் மெல்லும் சிறுவன் விண்வெளிக் கலன் குதிரை மேல் மென்று துப்பிய சூயிங் கம் அடைக்க, ரிஃப்ளெக்டர் அடைபட்ட விண்கலம், செலுத்தி வந்த விண்வெளி வீரனோடு தொடர்பு இழக்கிறது.

அடிக்கடி சிரிக்கும் ஜப்பானிய டூரிஸ்ட்களோடு, நோரா கிரகத்து விண்வெளி வீரன் தன்னை ஜப்பானியனாக மார்ப் செய்து கொண்டு, கூட்டத்தோடு கூட்டமாக ஐ.நா அவைக்குள் நுழைகிறான்.

நகைச்சுவையும், சுவாரஸ்யமான அறிவியல் காட்சி வர்ணனைகளுமாக, ஒளி வேகத்தில் நகரும் நாவல் இது. கேலிச் சித்திரப் பாணியில் சற்றே மிகைப்படுத்திய சித்தரிப்புகள் அடுத்தடுத்து இடம் பெறும் கதையாடல்.

நோரா கிரகத்தில் இருந்து பூமியை அழிக்க ஒரு விண்கலம் ஆயுதங்களோடு வந்து கொண்டிருக்கிறது என்று பூமியில் சகலரும் புரிந்து கொள்கிறார்கள். விரைவில் எல்லோரும் இறக்கப் போகிறார்கள்.

இக்கதையில், சுஜாதா உரைநடையில் இருந்து -

அமெரிக்காவில் எதிர்ப்பு விண்கலத்தை ஏவத் திட்டமிட்ட அறிவியலார்கள் அனைவரும் வீட்டுக்குப் போய் தத்தமது குடும்பத்தினருடனும் மனைவி குழந்தைகளுடனும் கடைசி கணங்களைச் செலவிடுவதற்குச் சென்று விட்டார்கள்.

டில்லியில் அகண்ட பஜனை நடத்தினார்கள். பூமியைக் காப்பாற்றும்படி ராமர், கிருஷ்ணர், குருநானக், அல்லா, ஜீசஸ் அனைவரையும் மாற்றி மாற்றி வேண்டிக் கொண்டார்கள். ஒரு தாத்தா டி.வியில் இடைவிடாமல் சாரங்கி வாசித்தார்.

இந்துக்கள் சர்ச்சுக்குப் போனார்கள். முஸ்லீம்கள் ராமனைத் தொழுதார்கள். கிறிஸ்தவர்கள் அல்லா என்றார்கள். சுடலை மாடனுக்கு ஏராள அபிஷேகம் நடந்தது.

வங்கிகளில் யாரும் பணம் எடுக்க வரவில்லை. பிச்சைக்காரர்கள் நூறு ரூபாய் நோட்டுகளால் காது குடைந்தார்கள். ஐநூறு ரூபாய் காந்தி படம் போட்ட நோட்டுகளை மாடுகள் மென்றன.

உலகம் அழிந்ததா? இல்லை. கடைசி வினாடியில் ஏவுகணை செயலற்றுப் போகிறது. உலகம் தன் பொய்மை, ஏமாற்றுத்தனம், சூழ்ச்சி, குரோதம் என்று எல்லா துர்க்குணங்களுக்கும் மறுபடி திரும்புகிறது.

ஒரு தேர்ந்த கதை சொல்லியாக சுஜாதா இதை சொல்லிப் போகிறார். கதை வாசித்து முடித்து நீண்ட காலம் சென்றும், யோசிக்க வைத்து, மனதில் தங்கி இருக்கும் அறிவியல் கதை இது. அறிவியல் தவிர வேறு தளங்களான சமூகப் பிரக்ஞை, மனிதாபிமானம் போன்றவற்றிலும் இந்தக் கதை வாசகர் மனதில் நிகழ வாய்ப்புண்டு. சுஜாதாவின் அறிவியல் கதைகள் பெரும்பாலும் இந்த ரகம் தான்.

5 – அறிவியல் கட்டுரைகள்

சிறுகதை, தொடர்கதையான நாவல் எழுத்தாளராகத்தான் தொடக்கத்தில் இருந்து தன்னை அடையாளம் காட்டி வந்தார் சுஜாதா.

வெகுஜனப் பத்திரிகை எழுத்தாளர் சுஜாதா தன் அறிவியல் முகத்தை வாசகர்களுக்குப் பரிச்சயம் செய்து வைத்தது, 'ஒரு விஞ்ஞானப் பார்வையிலிருந்து' பத்திரிகை பத்திக் கட்டுரைகள் மூலம்.

'ஒரு விஞ்ஞானப் பார்வையிலிருந்து', இப்படி மறு சுய அறிமுகத்தோடு தொடங்குகிறது -

என் எழுத்துகள் அத்தனையிலும் என் சொந்த சித்தாந்தங்களும் நம்பிக்கைகளும் இருக்கின்றன என்று சொல்ல முடியாது. இங்கே நீங்கள் சந்திக்கப் போவது, வேறு சுஜாதா. நிஜ வாழ்க்கையில் நான் ஓர் இஞ்சினீயர். ஒரு கணவன். ஒரு தகப்பன். பல புத்தகங்களைப் படிப்பவன். அதனால் பாதிக்கப் படுபவன். இந்தப் பாதனைகளைப் பற்றிச் சொல்ல விருப்பம்.

உடனே விஷயத்துக்கு வந்துவிடுகிறார். என் உத்தியோகத்தில் நான் பற்பல இயந்திரங்களை பார்க்கிறேன். குறிப்பாக நான் பழகும் எலெக்ட்ரானிக்ஸ், பௌதிக இயலின் ஒரு பிரிவு.

விஞ்ஞானத்தில் இருந்து வேதாந்தத்தை அகற்றி நிறுத்த கல்வியறிவு மேம்பட்ட ஐரோப்பிய நாடுகளில் எடுக்கும் முயற்சி பற்றி விளக்குகிறார். விஞ்ஞானப் பார்வையையும், விஞ்ஞான வழிமுறையையும் கைகொள்ள வேண்டிய அவசியம் பற்றி எழுதப்பட்ட நூல்களை எல்லாம் சளைக்காமல் அறிமுகம் செய்கிறார். செய்து விட்டு, அந்த அறிவியல் அறிஞர்களின் அறிவியல் தேடல்கள், இந்திய வேதாந்த வெளியில் தான் சென்று முடிகின்றன என்கிறார் ஆச்சரியப்படாமல். வேதாந்தத்திற்கும் நவீன விஞ்ஞானத்திற்கும் உள்ள தொடர்பை வாசகர்களுக்குப் பழகிய தன் நடையில் விளக்கப் போவதாகக் கோடி காட்டுகிறார் சுஜாதா.

ஆல்பர்ட் ஐன்ஸ்டைனின் 'ரிலேட்டிவிட்டி' தத்துவம் பற்றியும், அணு விஞ்ஞானத்தின் 'க்வாண்டம் தியரி' பற்றியும் 'கொஞ்சம்

புரியும்படியாகச் சொல்லப் பார்க்கிறேன்' என்று அடுத்த பீடிகை போடும்போது கவனிக்க வேண்டியவை, ரிலேட்டிவிட்டி, க்வாண்டம் தியரி இதையெல்லாம் மொழிபெயர்க்க முயற்சி செய்யவில்லை அவர். தொடர்ந்து வரும் விளக்கங்கள் மூலம் இவற்றைப் புரிந்து கொள்ள வைப்பதே சுஜாதாவின் குறிக்கோள். அறிவியலைத் தன் சொந்த மொழியில் எழுத வந்த எந்த மொழி எழுத்தாளருக்கும் இதுவே முதல் லட்சியமாக அமைய வேண்டும். மொழிபெயர்த்த துறை சார்ந்த சொற்களை எழுத்தில் பெய்வதை விடுத்து, வாசகனை மிரட்டாமல் அங்கங்கே கலப்பதை சுஜாதா அழகாக நிறைவேற்றுகிறார்.

யோகவாசிஷ்டம் என்ற புராதன வேதாந்த நூலில் நாரதமுனி சர்வேசுவரனின் மாயையில் சிக்கிய கதையை சுவாரசியமாகச் சொல்லி ரிலேட்டிவிட்டிக்கு திரும்புகிறார்.

நாரதர் கதையை 'ஸயன்ஸ் ஃபிக்ஷன்' வகையில் துல்லியமாகச் சேர்க்கலாம். இத்துடன் ஒப்பிடுவதற்கு 'Daphne du Maurier-இன் Split Second என்னும் கதையைத் தேடிப் படியுங்கள். (ஐன்ஸ்டைன் தத்துவப்படி), கால இடைவெளி என்பது பேருக்குப் பேர் மாறும் என்பதைச் சொல்லும் இந்தக் கதையில் ஐன்ஸ்டைனின் ரிலேட்டிவிட்டித் தத்துவம் இருப்பதை நீங்கள் கவனித்திருக்கலாம்.

இந்தக் குறிப்பில் கவனிக்கப்பட வேண்டியவை

1) யோக வாசிஷ்டம் புராதன நூலையும் அறிவியல் கண்ணோட்டத்தில் இருந்து படிக்கலாம் என்று கூறாமல் கூறுகிறார் சுஜாதா

2) இதோடு தொடர்பு படுத்திப் படிக்க பிறமொழிக் கதை ஒன்றை இனம் காட்டுகிறார்

3) இந்தக் கதை எப்படி விஞ்ஞானத்தோடு - ரிலேட்டிவிட்டி தத்துவம் - இசைந்து போகிறது என்பதை விளக்கத் தயாராக வாசகரை ரிலேட்டிவிட்டி பற்றிய புரிதலோடு இருத்தியிருக்கிறார்

4) அவர் இதை எழுதும்போது ஸயன்ஸ் ஃபிக்ஷன் தான் இருந்தது. அது அறிவியல் புனைகதையாக மொழிமாறி வர இன்னும் சில ஆண்டுகள் போயின.

அறிவியலைத் தமிழில் எழுதத் தேவையான கலைச் சொல்லாக்கம் பற்றி சுஜாதாவின் கருத்து செயல்படுத்த எளியது - சொல்லைப் புதியதாக உருவாக்க வேண்டாம். வழக்கொழிந்த எவ்வளவோ சொற்கள் இருக்கின்றன. அவற்றைப் தொழில் நுட்பக் கலைச் சொற்களாகப் புதுப்பிக்கலாம் என்பார்.

சுஜாதாட்ஸ் என்ற சிறு கட்டுரைத் தொகுப்பு நூலில் சுஜாதா சொல்வது இது -

வழக்கொழிந்து போவதற்கு முன், அவற்றைத் தூசுதட்டிப் புதுப்பித்து கலைச்சொற்களாகப் பயன்படுத்த இயலும் என்பதை, நான் எல்லா மேடைகளிலும் சொல்லிக்கொண்டிருக்கிறேன். பழைய வார்த்தைகளுக்கு புதுச்சட்டை போடவேண்டும் என்பதை வலியுறுத்துவதில் நான் சளைப்பதே இல்லை.

இதே நூலில், புதிய கண்டுபிடிப்புகளை அறிமுகப்படுத்தும் ஒரு கட்டுரை வாசனை பற்றியது. அடிப்படை விஷயமான ஸ்டிரியோகெமிஸ்ட்ரி, ஃபீரமோன் மாலிக்யூல்கள் பற்றி சுருக்கமாகச் சொல்லி அச்சொற்களை அறிமுகப்படுத்தி விட்டு, இந்தத் துறையில் சாத்தியமான 'தொலைபேசி மூலம் நோய் அறிதல்' என்பதற்கு முக்கியத்துவம் கொடுத்து எளிமையாக ஒரு கதை போல கூறுவதில் சுஜாதாவின் திறமை தெரிகிறது. ஸ்டீரியோகெமிஸ்ட்ரி என்ற பெயரை மறந்துவிட்டால் கூட, வாசனைக்கான சிலிக்கன் சில்லு நினைவில் இருக்கும்.

ஆரம்ப காலங்களில் வாசனை என்பது என்ன என்று தெரியாமல் தவித்துக் கொண்டிருந்தார்கள். 1970-களில்தான் ஸ்டிரியோகெமிஸ்ட்ரி முறைப்படி வாசனை என்பது ஒரு தனிப்பட்ட வடிவம் உள்ள ஃபீரமோன் மாலிக்யுல் கூட்டணுக்கள், அவை நம் நாசிக்கு உள்ளுக்குள் இருக்கும் காலியிடங்களில் பொருந்தும்போது வாசனை உணர்ச்சி ஏற்படுகிறது என்று கண்டறிந்தார்கள். அதே திறமையை ஒரு கம்ப்யூட்டருக்கு கொடுக்கலாம் என்று ஆராய்ச்சி செய்கிறார்கள். இதற்காக சிலிக்கன் சில்லும் தயாரித்திருக்கிறார்கள். உங்களுக்கு சிரோசிஸ் வியாதி இருந்தால் டாக்டருக்காக காத்திருக்க வேண்டியதில்லை. இந்த சிப் பொருத்தப்பட்ட போனில் பேசினால் போதும். அதனுடன் இணைக்கப்பட்ட கணிப்பொறி உங்கள் வியாதியைக் கண்டுபிடித்து சொல்லிவிடும்.

அறிவியல் மூக்கை நீட்டி வளர்ப்பதால் எனக்கு என்ன கிட்டும் என்று கேட்க முனைகிற சில வாசகர்களுக்கும் உடனடியான பதில் சுஜாதாவிடம் உண்டு -

ஒரு புதிய செட் எலக்ட்ரானிக் மூக்குகள் வரப் போகின்றன. மல்லிகைக்கு ஒரு மூக்கு. ரோஜாவுக்கு ஒரு மூக்கு. ஷில்பா ஆன்ட்டிக்கு ஒரு மூக்கு என்று தனித்தனியாக பொருத்திக் கொள்ளலாம் என்கிறார்கள். இவைகளுக்கு ஜலதோஷம், மூக்கு சிந்துகிற சமாசாரம் ஏதும் இல்லை. இவ்வகையில் ஐம்புலன்களையும் கணிப்பொறியில் கொண்டு வரப் பிரயத்தனப்படுகிறார்கள்.

இந்தச் செய்தி ஒரு சிரிப்போடு அடுத்தவரிடம் பகிர்ந்து கொள்ளப்படக் கூடும். சுஜாதா எழுதியிருந்தார் என்று பீடிகையோடோ அல்லாமலோ. அறிவியல் செய்தி இப்படியும் பரவலாம்.

ஒன்றையடுத்து ஒன்றாகத் தொடர்ந்து வந்த சுஜாதாவின் அறிவியல் நூல்களில் 'கணிப்பொறியின் கதை', 'அடுத்த நூற்றாண்டு', 'கி.பி. இரண்டாயிரத்துக்கு அப்பால்' 'தலைமைச் செயலகம்', 'சிலிக்கன் சில்லுப்புரட்சி', 'செய்தி சொல்லும் செயற்கைக்கோள்கள்', போன்றவை வாசகர்களிடம் நல்ல வரவேற்பைப் பெற்றன. முக்கியமாக, 'தலைமைச் செயலகம்'.

சுஜாதா அடிப்படையில் மின்னணு தொழில்நுட்பவியலார் (Electronic Engineer). அவருடைய அறிவியல் புனைவும், புனைவு அல்லாத அறிவியல் எழுத்தும் தொழில்நுட்பத்தை, முக்கியமாகக் கணினித் தொழில்நுட்பத்தை அடிப்படையாகக் கொண்டே பெரும்பாலும் அமைந்தது இயற்கையே.

எனினும், உடலியல் தொடர்பான மனித மூளையின் அமைப்பையும், செயல்பாட்டையும் பற்றி அவர் எழுதிய கட்டுரைகள் வெகுஜனப் பத்திரிகையான விகடனில் வெளிவந்து பலராலும் விரும்பிப் படிக்கப்பட்டன. இவை 'தலைமைச் செயலகம்' என்ற தலைப்பில் வெளியானவை. புத்தகமாகவும், அதே பெயரில் வெளியாகிப் பரந்த கவனத்தைப் பெற்றது.

உடல் இயக்கத்தை சீராக நெறிப்படுத்தி, ஒவ்வொரு உறுப்புக்கும் கட்டளை பிறப்பித்து இயங்கவும், ஓய்வெடுக்கவும், மறுபடி இயங்கவும்

வழி செய்யும் தலைமைச் செயல்கமான மனித மூளை பற்றிய சுஜாதாவின் இந்தப் புத்தகத்தின் பெரும் பகுதி, 'மூளை - ஒரு பயனர் கையேடு (THE BRAIN : A user's Manual by the Diagram Group) என்கிற புத்தகத்திலிருந்தும் 'சைண்டி.ஃபிக் அமெரிக்கன்' (Scientific American) என்ற அமெரிக்க அறிவியல் மாத இதழிலிருந்தும் பெறப்பட்டவை என்று சுஜாதாவே முன்னுரையில் சொல்கிறார். தமிழாக்க நேரத்தில் மூல நூலாசிரியர்களைத் தொடர்பு கொண்டு நூலுக்குச் செழுமை சேர்த்திருக்கிறார் அவர்.

சுஜாதா வழக்கப்படி, வாசகரை அவரவர் மூளையை நெருடிப் பார்க்க வரவேற்பது எளிய, சிறு சொற்றொடர்கள் மூலம் தொடங்கி -

உப்பு... புளிப்பு... தித்திப்பு - எல்லாம் உணர்வது, 'தலைவர் அவர்களே! தாய்மார்களே!' என்று அரை மணி சொற்பொழிவது, நல்லது.. கெட்டது... குற்றம்... பாவம் - என்பதையெல்லாம் தீர்மானிப்பது, 'பத்துப் பேர் ஒரு வேலையை எட்டு நாட்களில் செய்தால், எட்டுப் பேர் இரண்டு வேலையைச் செய்ய எத்தனை நாள்?' போன்ற கணக்குகள் போடுவது, செக்ஸ் உணர்ச்சி, தியானம் - இவை அனைத்துக்கும் காரணம் ஓர் இரண்டு எழுத்து சமாசாரம்: மூளை! ஏன்... இந்த பாராவை எழுதியதும் மூளைதான்;

மூளை எப்படி இருக்கும்? சுஜாதாவின் சுருக்கமான வர்ணனை இது -

உடைத்துப் பார்த்தால் ஓர் ஓவர்சைஸ் அக்ரூட் போலிருக்கும் ஈர, அழுக்கு கலர் கொசகொசப்பு, மூளை.

இரண்டு மணி நேரம் முக்கி யோசித்து ஒரு கவிதை எழுதுவதற்கு ஒரு கடலைக்கொட்டை சக்திதான் செலவு பண்ணும்.

செரிபரம், செரிபெல்லம், மெடுலா என்று மூளையின் பகுதிகள் ஒவ்வொன்றாக விரிவாகவும் சுவாரசியமாகவும் அறிமுகமாகின்றன.

மூளை என்ற இயற்கையாக அமைந்த நியூரல் நெட்வொர்க் மற்றும் மேதமை அமைப்பை (எக்ஸ்பர்ட் சிஸ்டம்) கம்ப்யூட்டரோடு சுஜாதா ஒப்பிடுகிறார் -

கணிப்பொறிகளோடு ஒப்பிட்டால்... மூளை ரொம்ப ரொம்ப நிதானம்! ஆனால், கணிப்பொறியால் நீச்சல் அடிக்க முடியாது... டை கட்ட முடியாது... ஓரமாக பேப்பரைக் கிழித்துச் சுருட்டிக் காதை கிளீன் பண்ணிக்கொண்டு, பெண்டாட்டியோடு வாக்குவாதம் பண்ண முடியாது!

சுவை உணர மூளை எப்படிச் செயல்படுகிறது என்பதை அவர் பாணியில் விவரிப்பது இப்படி.

எங்கள் பெங்களூரில் மசாலா பூரி என்று ஒரு சமாசாரம் வடநாட்டு ஓட்டல்களில் கிடைக்கும். புளிப்பு, காரம், நடுநடுவே வெல்லத் தித்திப்பு, வெங்காயம் எல்லாம் போட்டு, கலர் கலராக.... ரகளைதான்! இந்த மாதிரி ஒரு பண்டத்தை ஒரு ஸ்பூன் எடுத்து வாயில் போட்டு, அது நாக்கில் பட்டதும் நாக்கின் ருசி மொட்டுகள், 'சொன்னதைக் கேட்காம என்னத்தையோ திங்கறான்... வாப்பா, எல்லாரும் ஓவர் டைம் போடணும்!' என்று ஒரு வாத்திய கோஷ்டி போல் இயங்குகின்றன. மசாலா பூரியில் உள்ள ஒவ்வொரு சுவையும் வேறு வேறு விதமாக நாக்கைத் தாக்கினாலும், மூளையில் மறக்க முடியாத ஓர் ஒற்றைச் சுவையாக மாறுகிறது.

சுஜாதாவின் 'ஏன் எதற்கு எப்படி?' வினா - விடை வடிவத்தில் அமைந்த, அறிவியலின் பல துறைகளைத் தேவையான அளவு நெருடிப் பார்த்து அறிவுப் பகிர்வு செய்யும் நூல். வாரப் பத்திரிகை வாசகர்களுக்கு எழும் ஐயங்களைத் தீர்க்கும் பத்தி என்ற பொதுவான தலைப்பின் கீழ் உற்சாகமாக அறிவியல் அரட்டைக்கு வழி செய்து தந்தார் சுஜாதா தன் எழுத்து வன்மை மூலம்.

சுஜாதா இந்தக் கேள்வி - பதில் பத்திக்காக உழைத்தது பற்றிச் சொல்கிறார்

ஒவ்வொரு வாரமும் இப்பகுதிக்காக குறித்த நேரத்தை ஒதுக்கி எத்தனையோ புத்தகங்களைப் படிக்க நேர்ந்தது! லைப்ரரிக்குப் பல முறை செல்ல வேண்டி வந்தது. சம்பந்தப்பட்ட அறிஞர்களைச் சந்திக்க வேண்டியிருந்தது.

அறிவியலை, சராசரி வாசகருக்காக எழுதுவதில் இருக்கும் சவால் பற்றி சுஜாதா நூலின் முன்னுரையில் கூறுவது -

அறிவியலை எழுதும்போது சில எச்சரிக்கைகள் தேவைப்படுகின்றன. அறிவியலின் வியப்பை வாசகருடன் பங்கிட்டுக் கொள்வதே அதன் குறிக்கோளாக இருக்க வேண்டும். ஓரளவுக்கு மேல் எளிமைப்படுத்தக் கூடாது.

சுவாரசியமும் பொருளும் பொதிந்த சுஜாதாவின் அறிவியல் விடைகளில் சிலவற்றிலிருந்து

விஞ்ஞானம் பல 'ஏன்'களுக்குப் பதில் சொன்னாலும் சில 'ஏன்'களுக்கு அதனிடம் பதில் இல்லை. உதாரணம் - சூரியன் ஏன் வட்ட வடிவில் இருக்கிறது; ஏன் முக்கோண வடிவத்தில் இருக்கக் கூடாது?

ஒரு கல் உப்பு - ஸோடியம் க்ளோரைடு - அதில் எத்தனை அணுக்கள் இருக்கின்றன தெரியுமா? நூறு நூறு கோடி! பொழுது போகவில்லையெனில் ஒன்று என்று எண்ணிக்கையிட்டு அருகே பதினாறு சைபர் போட்டுக் கொள்ளுங்கள். நம் மூளைக்குள் இருக்கும் நியூரான்களின் எண்ணிக்கை அத்தனையும் கணக்கிட்டால்கூட ஒரே ஒரு கல் உப்பை முழுமையாக அறிவதற்குப் போதாது.

விமானங்களில் தற்போது பெட்ரோல் பயன்படுத்துவதே இல்லை - சில பயிற்சி விமானங்கள், பழைய டகோட்டாக்கள் தவிர. பெட்ரோல் சுலபத்தில் தீப்பற்றிக் கொள்வதால் விமான விபத்தில் சிக்கிக் கொள்கிறவர்களுக்குச் சற்றேனும் பிழைக்க சான்ஸே இல்லையென்ற நிலை காரணமாக அதிகம் பற்றிக் கொள்ளாத திரவத்தைப் பயன்படுத்தினால் என்ன என்று விஞ்ஞானிகள் யோசித்தார்கள். ஐம்பதுகளில் கொண்டுவரப்பட்ட இந்த மாற்றம் நவீன விமான இயலில் மிக மகத்தான மாற்றம்! இதனால் ஆயிரக்கணக்கான பயணிகள் விமான விபத்திலிருந்து தீப்பிடிக்காமல் தப்பித்திருக்கிறார்கள். இன்றைய நவீன விமானத்தில் உபயோகப்படுத்தப்படுவது என்ன தெரியுமோ? சுத்தமான கெரொஸின் ஆயில் - கிருஷ்ணாயில்!

மரபையும் அறிவியலையும் நேர்த்தியாகப் பிணைக்கும் ஒரு பதில் இது -

'உணவு உட்கொள்ளும்போது புரையேறினால் யாராவது நம்மை நினைத்துக் கொள்கிறார்கள்'. 'இடது கண், வலது கண் துடித்தால்

கெட்டது, நல்லது' என்கிறார்களே, விளக்கம் தேவை! உங்கள் மனைவியை (கல்யாணம் ஆகிவிட்டதா? இல்லை, உங்கள் சினேகிதியை) பக்கத்து வீட்டில் அல்லது பக்கத்துத் தெருவில் ஒரு வீட்டில் உட்கார வைத்து, தொடர்ந்து உங்களையே நினைத்துக் கொண்டிருக்கச் சொல்லுங்கள். இங்கே நீங்கள் ஏதாவது சாப்பிடுங்கள், புரையேறுகிறதா என்று பார்த்து விடுங்களேன்! இம்மாதிரி நம்பிக்கைகள் எல்லாம் வாழ்க்கையில் சின்னச் சின்ன சுவாரஸ்யங்களையும் நோக்கத்தில் ஏற்பட்டவை. 'வழுத்தினாள் தும்மினே னாக அழித்தழுதாள் யாருள்ளித் தும்மினீர் என்று' வள்ளுவர் காலத்தில் புரைக்குப் பதில் தும்மல்! கண்கள் (வலதோ, இடதோ) ஜாஸ்தி துடித்தால் உடனே டாக்டரைப் பார்க்கவும்.

பளீரென்று வந்து விழுந்த இந்தப் பதிலோடு புத்தகத்தை மூடி வைத்து விட்டு அடுத்த சுஜாதா அத்தியாயத்துக்குப் போகலாம்.

ஆத்மா இருப்பது உண்மையா? விளக்கம் தருக.

ஆத்மாவும் கிடையாது. ஒரு மண்ணாங்கட்டியும் கிடையாது!

6 – அறிவியல் அல்லாத மற்ற கட்டுரைகள்

கட்டுரை, அதுவும் அறிவியல் இடும் அன்புத் தளைகளை மீறாமல் அதே நேரத்தில் சுவாரசியம் குன்றாமல் கட்டுரை எழுதுவதில் உள்ள சவால் சுஜாதாவுக்குப் பிடித்தமானது. அறிவியல் நூல்களைத் தேடிப் பிடித்துப் படித்து, அறிவியல் அறிஞர்களோடு நட்பு கொண்டு புது அறிவியல் நிகழ்வுகளைப் பற்றி அறிந்து வாசகர்களோடு பகிர்ந்து கொண்டு, தாம் எழுதியது குறித்து மேலார்வமும் மேலும் கருத்துப் பரிமாற்றமும் நிகழ அடியெடுத்துக் கொடுக்கவும் அவருக்கு மிகவும் பிடிக்கும்தான்.

எனில், படித்தது, பார்த்தது, கேட்டது, உண்டது, பருகியது, அலைந்தது, இருந்தது, உணர்ந்தது என்று எதைப் பற்றி வேண்டுமானாலும் எழுதுவது என்பதை அவர் மனதுக்கு நெருங்கிய செயலாக உணர்ந்தார். வெகுஜனப் பத்திரிகைத் தொடர்கதையும், சிறுகதையும் எழுதக் கேட்டுக் குவியும் வேண்டுகோள்களைச் சளைக்காமல் ஏற்றுக்கொண்டு அடுத்தடுத்து கதை எழுதிக் குவித்தார். அப்போது, கற்பனையையும் மனதையும் திரும்பச் சுறுசுறுப்படைய வைக்க வேண்டியிருந்தது. தொடர்ந்த இயக்கம் மூலம் அவற்றின்மேல் கவியும் செய்ததையே 'மறுபடி மறுபடி செய்தல்' என்பதன் புகைமூட்டத்தை விலக்க வேண்டி வந்தது. அதற்கு சுஜாதா ஏற்றெடுத்த கசடு நீக்கும் முறை (catharsis) சர்வ வியாபகமான கட்டுரை எழுதுவதுதான்.

சுஜாதாவின் எழுத்ததிகாரம் தொடங்கிய அறுபதுகளின் இறுதியில் அவர் வெகுஜனப் பத்திரிகைகளுக்கு எழுத ஆரம்பித்த அதே காலகட்டத்தில் மேலே குறிப்பிட்ட புத்துணர்ச்சி தரும் வழிமுறையாக கணையாழி பத்திரிகையில் கடைசிப் பக்கக் கட்டுரைகளை உற்சாகமாக எழுதத் தொடங்கினார்.

அவர் விருப்பப்படி ஃபிலிம் ஃபெஸ்டிவல் சினிமா, சங்க இலக்கியம், பிறமொழி நாடகம், இசை என்று ஏதாவது ஒரு பொருள் பற்றி அந்தக் கடைசிப் பக்கம் அமையும். இல்லையென்றால் சின்னச்

சின்னதாக நாலைந்து குறிப்புகள். எதுவாக இருந்தாலும் விறுவிறுப்பும் சுவையுமாகப் பாய்ந்து போகும் நடை.

அவை 'கணையாழியின் கடைசிப் பக்கம்' நூலாகி வாசகர்கள் மத்தியில் பெரும் வரவேற்பு பெற்றுப் பல பதிப்புகள் கண்டன. சுஜாதா பற்றிய எந்த அலசலும், கணையாழியின் கடைசிப் பக்கங்களும், ஸ்ரீரங்கத்துத் தேவதைகளும் இல்லாமல் பூர்த்தியாகாது.

அடித்து ஆடி உற்சாகமாக ஆரவாரம் செய்து வம்புக்கிழுக்கும் இந்தக் கட்டுரைகளின் சொல்லாடலை இன்றளவும் அரைப்புள்ளி, காற்புள்ளி, கம்பாசிட்டர் பிழை ஒன்றுவிடாமல் நினைவு வைத்து தனி உரையாடல்களில் பகிர்ந்து கொள்வார்கள் அவருடைய ஆத்மார்த்தமான ரசிகர்கள்.

நூல் தொடக்கத்திலேயே மட்டையைச் சுழற்றிக்கொண்டு கிளம்பி விடுகிறார் சுஜாதா -

புதுக்கவிதை பற்றி சற்றுப் பேசலாம். புதுக் கவிதை தற்போது ஒரு rash போல நம்மிடம் பரவி இருக்கிறது. "அடிக்கடி கட்சி மாறும் அரசியல்வாதிக்கு அடுத்த தேர்தலில் குரங்கைச் சின்னமாய்க் கொடுத்தால் என்ன" என்கிற வாக்கியத்தை ஐந்தாகப் பிரித்துக் கவிதையாகப் பதிப்பித்திருந்தார்கள்.

என்னய்யா விளையாடுகிறீர்களா?

கவிதை மலிந்ததற்குக் காரணம் என்ன? அவர் சொல்வது இது -

தமிழ்க் கவிதை இயக்க ரூபத்துக்கு வந்துவிட்டது. அதற்குக் காரணம் தபால் கார்டு. சட்டென்று பத்து பைசா கொடுத்து வாங்கி

தமிழக அரசு
ரூட் நம்பர் 21-இல்
அவளைப் பார்த்தபோது
அவள் உதட்டின் மேல்
மெலிதான மீசை

என்று பஸ்ஸிலேயே எழுதிவிட்டு அருகில் உள்ள தபால்பெட்டியில் சேர்த்துவிடும் சௌகரியம் அதில் இருக்கிறது.

புத்தக அறிமுகம் நறுக்கென்று நான்கே வரிதான்.

அசோகமித்திரனின் ‘இன்னும் சில நாட்களில்’ மேல் உறையின் உள் பக்கத்தில் அசோக மித்திரனைக் கடுமையாக விமர்சித்திருப்பவர் களையும் பிரசுரித்திருப்பது இது முதல் தடவை என்று நினைக்கிறேன். Gamesmanship உத்தி இது. எதிர்ப்பவனையே பதிப்பிப்பதில் எதிர்ப்பின் பிரகாசம் போய்விடுகிறது.

பத்திரிகைகளில் சிறுகுப்பை trivia முக்கிய இடத்தைப் பெற்று பெரும் பிரச்சனைகள் கவனத்தை ஈர்க்காது போகும் விபரீதத்தைச் சுஜாதா எழுதுகிறார்.

Ionesco-வின் Rhinoceros என்கிற நாடகத்தில் ஒரு காட்சி ஞாபகம் வருகிறது. நாடக பாத்திரங்கள் ஒரு பொது இடத்தில் பேசிக் கொண்டிருக்கும்போது முழுசாக ஒரு காண்டாமிருகம் குறுக்கே திடும் திடும் என்று புழுதியைக் கிளப்பிக்கொண்டு அவர்கள் எதிரே ஓடி மறைகிறது. இந்தக் காட்சியின் incongruity அவர்களைப் பாதிப்பதில்லை. ஓடின மிருகம் ஆசிய வகையா, ஆப்ரிக்க வகையா என்று சர்ச்சையில் தீவிரமாக இறங்கி விடுகிறார்கள். நம் தின வாழ்க்கையில் எத்தனை காண்டாமிருகங்கள்!

தகவல் குப்பை Trivia பற்றிய குறிப்பில் நாடக மேதை ஐயனஸ்கோவும் அவருடைய புகழ்பெற்ற நாடகம் காண்டாமிருகமும் பேச்சாகக் கடந்து வருகின்றன. இந்த நாடகத்தை வாசகர் தேடிப் படிக்க வேண்டும் என்பதற்காக நாடக ஆசிரியர், நாடகம் என்று பெயர்களைத் தருகிற சுஜாதா, சிறுகுப்பை என்ற பேச்சின் நடுவே இதை நுழைக்கிறார். காண்டாமிருகம் வந்த கவன ஈர்ப்புச் சிறு குறிப்பு என்று சொல்லலாம்.

சிவவாக்கியரின் சித்தர் பாடலை மேற்கோள் காட்டுகிறார் -

பச்சை மாலும் ஈசனும்
பரந்ததே சிவாயமே

பத்திரிகையில், ‘பச்சை மாலும் ஈசலும் பரந்த்ததே சிவாயமே’, என்று அச்சாகி வருகிறது. ஈசனை ஈசலாக்கும் அச்சு யந்திரத்தின் திருவிளையாடலை வெகுவாக சிலாகித்து வாசகர்களோடு அடுத்த இதழில் பகிர்ந்து கொள்கிறார் சுஜாதா.

தமிழில் முக்கியமான கவிஞரான ஞானக்கூத்தனின் கவிதைகளைப் பற்றிச் சொல்லும்போது-

(ஞானக்கூத்தன்) இவர் சொல்லும் விஷயங்களிலும் எதிர்பார்க்க முடியாத ஆச்சரியங்கள். தாலாட்டின் முதல் வரிக்கே தூங்கிவிடும் குழந்தை. சங்க கால அரசாங்கத்தில் தூங்கிய மோசி கீரனார். தொடர் சங்கிலியாய்க் குரைக்கும் நாய்கள்; 'இத்துடன் என் திருவிளையாடல் முற்றும்' என்று அப்பீலை அனுமதிக்காத சிவபெருமான்; அம்மா சொல்லும் கவி ததும்பும் பொய்கள் (முறத் தவிட்டுக்காக உன்னை வாங்கினேன்); உட்கார்ந்தால் ஆள் மறையும் முந்திரிக் கொல்லை; வகுப்புக்கு வரும் எலும்புக் கூடு (மன்னார்சாமி, ஆணியிலே அதைப் பொருத்து). மெலிதாகப் புன்னகைக்க வைக்கும் கவிதைகளின் நடுவில் திடீரென்று ஒரு காஃப்கா படித்த சித்தர் போல் மாறுகிறார்.

ஞானக்கூத்தனை மட்டுமில்லை, ஃப்ரன்ஸ் காப்காவையும் போகிற போக்கில் சராசரி வாசகருக்கு அறிமுகம் செய்கிறார் சுஜாதா. வாசகரும் பங்குபெறும் உரையாடலாக எழுத்தை எடுத்துப் போக சுஜாதா கையாண்ட உத்தி இது.

பழையதோ, புதியதோ, சுஜாதா கவலையே படாமல் தம் கருத்தைச் சொல்கிறார் -

புறநானூறின் ஆச்சரியம் அதன் காலத்தில் தான் புராதனத்தில்தான் இருக்கிறது. அன்று எழுதப்பட்டது தான் இதன் முக்கியம் மற்றும் சிக்கலான வரிகளின் நடுவே பளிச்சிடும் சில கவிதை வரிகள் - 'ஏற்றுக உலையே! ஆக்குக சோறே!' போன்ற வரிகளின் lustiness. 'பெரியோரை வியத்தலும் இலமே சிறியோரை இகழ்தல் அதனிலும் இலமே' போன்ற வரிகளின் self confidence. 'வேந்தர் எம் குன்றும் கொண்டார். யாம் எந்தையும் இலமே' போன்ற வரிகளின் சிக்கனத்தில் ததும்பும் சோகம். என்று எழுதப்பட்டவை இவை?

பெரும்பான்மை வாசகர்கள் தமிழ் திரைப்படப் பாடல்களிலும், சிறுபான்மை வாசகர்கள் மரபிசையான கர்நாடக சங்கீதத்திலும் ஆர்வமுள்ளவர்களாக இருப்பார்கள். இவர்களுக்கு பாப் இசையை சுஜாதா அறிமுகப்படுத்த பீட்டில்ஸ்கள் இசைக்குழு பயன்பட்டது.

(பீட்டில்ஸ்களின்) லாங்க் ப்ளே இசைத்தட்டு. நிச்சயம் இந்த நூற்றாண்டின் இறுதிவரை கூட நிலைத்து நிற்கும் என நினைக்கிறேன். அதை பாப் யுகத்தின் தேசிய கீதம் என்று சொல்லலாம். ‘ஸார்ஜெண்ட் பெப்பர்ஸ் லோன்லி ஹார்ட்ஸ் கிளப் பேண்ட்’ என்ற சிக்கலான பெயர் கொண்ட இந்த இசைத்தட்டில் பதிந்த பாடல்களின் இசை இந்திய சித்தாரிலிருந்து ஆப்ரிக்க நாட்டுப் பாடல்கள், ஸ்காண்டிநேவிய கீதங்கள், பரீட்சார்த்தமான ஆர்கன் எலக்ட்ரானிக்கல், ட்ராஃபிக் சப்தங்கள் எல்லாவற்றையும் இணைத்த ஒருவிதமான ஓவியம்.

(இந்தக் கட்டுரை கணையாழியில் வந்த 1973-இல் இருபது வயதுப் புத்திளைஞனாக இருந்த நான், கட்டுரை படித்துவிட்டுத்தான், பீட்டில்ஸின் இந்த இசைத்தட்டைக் வாங்கிக் கேட்டு, அதில் பித்தாகிப் போனேன்).

ஜனரஞ்சகப் பத்திரிகையில் எழுத முடியாத, இலக்கியப் பத்திரிகை மதிக்காத கருத்தை, இலக்கிய சிபாரிசாக வைப்பதை எழுபதுகளிலேயே சுஜாதா கைக்கொண்டு விட்டார் -

லா.ச.ராவின் “பாற்கடல்” என்ற கதையைப் படித்துப் பாருங்கள். அதற்கு ஈடான கதை இதுவரை எழுதப்படவில்லை.

இதை எழுதும்போது இருந்த தமிழ் இலக்கியச் சூழலில் கணையாழி போன்ற இலக்கியச் சிறு பத்திரிகையில் தான் இந்தக் கருத்தைச் சொல்லியிருக்க முடியும். பாற்கடலும், லா.ச.ராவும் தமிழ் வெகுஜனப் பத்திரிகை வாசகர்களுக்கு அன்று தெரிந்திருக்க முடியாது. ஆனால், இருபதே வருடத்தில் சுஜாதா எந்தப் பத்திரிகையிலும் இதை எழுதி வாசகர்களோடு இணைப்பு ஏற்படுத்திக் கொள்ள முடிந்தது. அவர் எழுத்து வன்மையே இதற்குக் காரணம்.

கணையாழியைத் தொடங்கி, கிட்டத்தட்ட முப்பது வருடங்கள் நடத்தி வந்த திரு.கஸ்தூரிரங்கன் சுஜாதாவின் பள்ளிப் பருவத் தோழர். இருவரும் ஒரே நேரத்தில் தில்லிக்கு தொழில் நிமித்தம் வசிக்க வந்தவர்கள். அடுத்த வருடம் அடுத்தடுத்துக் கல்யாணம் செய்து கொண்டு குடும்பஸ்தர் ஆனவர்கள்.

கணையாழியின் முதல் இதழிலிருந்து, 1996-ல் கஸ்தூரிரங்கன் கணையாழியைத் தொடர்ந்து நடத்த இயலாமல் கை மாற்றியவரை சுஜாதாவின் இலக்கிய முகவரியாக இந்தப் பத்தி இருந்தது.

கடைசிப் பக்கத்தின் சாயலில் சுஜாதா ஏகப்பட்ட பத்திகளை வேறுவேறு பத்திரிகைகளில் எழுதிவிட்டார். அவர் போலவே அவர் மேல் அபிமானம் வைத்த அடுத்த தலைமுறை எழுத்தாளர்கள் பெரும்பாலும் புதிதாகத் தொடங்கிய இலக்கியப் பத்திரிகைகளில் முதல், கடைசி, இடை, ஏதோ ஒரு பக்கத்தைப் பிடித்துக் கொண்டு பத்திரிகை நின்று போவது வரை உற்சாகமாக எழுதினார்கள். இன்னும் அது தொடர்கிறது.

கணையாழியின் கடைசிப் பக்கம் போல், குறுங்கட்டுரைகள் கொண்டதாக வணிகப் பத்திரிகையில் அவர் எழுதிய பத்தி 'சுஜாதாட்ஸ்'. சிறு கட்டுரைகள்.

தொலைக்காட்சி தொல்லைக்காட்சி ஆகும் அபாயத்தைப் பற்றிச் சொல்லும்போது -

யாராவது வீட்டுக்கு வந்தால், அதை அணைக்காமல் அடிக்கடி பார்த்துக்கொண்டு, ''என்ன... ரமணி செத்துப் போயிட்டாரா... எப்ப..?'' என்று கேட்டுவிட்டு பெட்டிக்குள் இருக்கும் வெட்டி மாந்தர்களின் கதைகளைத் தொடர்கிறோம்.

நம்மால் பொதுவாழ்வின் பல விஷயங்களை மாற்ற முடியாது. பாதிக்க முடியாது. பெட்ரோல் விலை, அரசு கவிழ்வது, பேய்மழை பெய்வது, ரயில்களில் குண்டுகள் வெடிப்பது எதையும் எதுவும் செய்ய முடியாது. ஆனால், இந்த டி.வி.யில் ஒன்று செய்ய முடியும். அதில் ஒரு முக்கியமான வசதி இருக்கிறது. அதை அணைக்கும் ஸ்விட்ச்.

அறிவியல் தெளிவு பெற்று அவரவர் துறையில் முன்னோடியாக இருக்கிறவர்களும் அற்புதங்கள் போன்ற அதீதங்களை நம்புவதேன்? சுஜாதா விளக்குகிறார் -

விஞ்ஞானம் பாரபட்சமில்லாததுடன் உணர்ச்சியற்றது. புவிஈர்ப்பு விசையில்லை என்றால் நம்மால் ஒன்றுக்கு போக முடியாது போன்ற ஆணி அறைந்த உண்மைகளைச் சொல்வது; தேடுவது. இது எல்லோருக்கும் ஒத்துவராது. மனித வாழ்வுக்கு உணர்ச்சிகளும் உள்ளுணர்வுகளும் நம்பிக்கைகளும் சில சமயங்களில் அற்புதங்களும் தேவையாக இருக்கிறது. அதற்கு கேள்வி கேட்காமல் ஏதாவது ஒன்றில் நம்பிக்கை வைக்க வேண்டும். விஞ்ஞானம் கடவுளை இல்லையென்று

சொல்வதில்லை. அதற்கு கடவுள் தேவையில்லை. வாழ்வில் அற்புதங்கள் நிகழ நம்பிக்கை தேவைப்படுகிறது.

மார்செல் ப்ரௌஸ்ட் தீவிர இலக்கிய வாசகர்களுக்குக் கூட இங்கே அதிகமாகப் பரிச்சயம் ஆகாதிருந்த தொண்ணூறுகளில் சுஜாதாவின் பத்து வரிகளில் அவர் தமிழுக்கு இறங்கி வந்து விடுகிறார். அவர் புத்தகத்தைத் தேடிப் படிக்க வாசகர் மனதில் குறித்து வைத்துக் கொள்ள, சுஜாதா அடுத்த எழுத்தாளரை அறிமுகப்படுத்தச் செய்யும் ஆயத்தங்களில் இருப்பார் -

மார்ஸெல் ப்ரௌஸ்ட் (Marcel Proust) ஒரு முறை ஒரு விதமான கேக்கை ருசி பார்த்தபோது அவருக்கு சட்டென்று வெள்ளமாக பழைய நினைவுகள் தோன்றினவாம். அதையெல்லாம் Remembrance of Things Past என்கிற நாவலாக எழுதினார். 'ஒரு ஆள் படுக்கையில் புரண்டு புரண்டு படுப்பதை, முப்பது பக்கம் எழுதுவது என்ன இலக்கியம்' என்று அந்த புத்தகம் முதலில் பதிப்பாளர்களால் நிராகரிக்கப்பட்டது. இன்று, உலக இலக்கியத்தில் முக்கியமான புத்தகம்.

சிறந்த ஆங்கில எழுத்தாளர் சாமர்செட் மாமின் வாசகர் சுஜாதா. ஆனால் அவருடைய இளமைக் காலத்தில் அவரைக் கவர்ந்த மாம் எழுதியவை முதுமையில் ரசிக்கவில்லை அவருக்கு. சுஜாதா சொல்கிறார்-

சாமர்செட் மாமின் நாவல்களை நான் எம்.ஐ.டி. படிக்கும்போது, க்ளாஸ் கட் அடித்து-விட்டுக்கூடப் படித்திருக்கிறேன். பால் கோகேன் என்னும் சித்திரக்காரரின் வாழ்க்கை சார்ந்த கதையோ, சுயசரித்திரம் சார்ந்த கதையோ, தாமஸ் ஹார்டியின் வாழ்வைத் தழுவிய நாவலோ... மாமின் உரைநடையின் தெளிவு என் எழுத்தை ஒரு விதத்தில் பாதித்தது.

இப்போது படிக்கும்போது, அந்த நாவல்கள் அப்படியொன்றும் ஓஹோ என்று தெரியவில்லை. Razors Edge நாவல் அப்போது போர் அடித்தது. இப்போது அதுதான் சிறந்ததாகத் தெரிகிறது. மேற்கத்திய வாழ்வு அலுத்துப் போய், ஒருவன் நிம்மதி தேடி இந்தியாவுக்கு வந்து, ரமண மகரிஷியின் ஆசிரமத்தில் அமைதி காணும் கதை. சாமர்செட் மாம் எழுதிய எதையும் படித்திராதவர்கள், அவருடைய Rain என்னும் சிறுகதையை மட்டும் படித்தால் போதும்.

மகாபாரதத்தை முப்பரிமாண அனிமேஷன் திரைப்படமாக்க சுஜாதா தலைமையில் ஒரு குழு இயங்கியதாகத் தெரிகிறது. அரசு விருது பெற்ற அந்தப் படத்தைப் பற்றிச் சொல்லும்போது சுஜாதா ஒற்றை வரியில் சொல்லும் ஒரு தகவல் -

கம்ப்யூட்டருக்கென்றே எழுதப்பட்டதுபோல இருக்கிறது மகாபாரதம்.

தன் கல்லூரிக் கால நண்பரும் முன்னாள் ஜனாதிபதியுமான திரு அப்துல் கலாம் குறித்து சுஜாதா சொல்வது -

கலாமும் நானும் சேர்ந்து இந்திய ராக்கெட் இயலை பற்றி, திப்பு சுல்தானிலிருந்து ஆரம்பித்து ஒரு புத்தகம் எழுதுவதாகத் திட்டம் போட்டோம். அவரை எப்போது விமானத்திலோ, விமான நிலையத்திலோ பார்த்தாலும், 'கலாம் என்னாச்சு புத்தகம்' என்பேன். எம்.ஐ.டி. ஐம்பதாம் ஆண்டு துவக்கவிழாவில் பார்த்தபோதுகூட 'இதோ... அடுத்த மாசம் லீவு எடுத்துகிட்டு பத்துநாள் வரேன்யா! ரெண்டு பேரும் முதல்ல மைசூர் போவேம் அங்க எழுத ஆரம்பிச்சுரலாம்' என்றார்.

டெலிவிஷன் உபயத்தில், தமிழ் கூறும் நல்லுலகம் முழுக்கப் பரவிய ஒரு புதுவகை நடனம் பற்றிச் சொல்கிறார் -

இந்த நடனத்தில் அசைவுகள் எட்டு அல்லது மிஞ்சிப்போனால் ஒன்பது. ஒரு கையைத் தூக்கி இறக்கி, மறு கையைத் தூக்குவது, காற்றைக் குத்துவது, ரோபாட் நடை, தரையில் ஒரு பம்பரச் சுழற்சி, கடற்படை மாலுமிகளின் சங்கேதம் போல மானசீகக் கொடி காட்டுவது, கையை அவ்வப்போது தட்டிக் கூப்பிடுவது, இரு கை சொடுக்கல், கோட்டை பாதி கழற்றிவிட்டு சட்டென்று விண்நோக்கிப் பார்ப்பது, மூன்வாக்.

கதை தயாராக இல்லாமல் படம் பிடிக்கக் கிளம்பும் தமிழ் சினிமா பற்றி அவர் சொல்வது எந்த இந்திய மொழித் திரைப்படத் துறைக்கும் பொருந்தும் -

தமிழ் சினிமா ஒரு நால்ரோட்டில் நிற்கிறது. டெக்னிக்கலாகப் பல சிறப்புகள் பெற்றிருந்தும் கதை என்கிற இலாகா சவலையாக இருக்கிறது.

எழுத்து வேலையை முடிக்காமல் காமிராவுக்குப் போவது ஆபத்தானது என்பதை இப்போது உணர்ந்து வருகிறார்கள்.

எப்படி 'கணையாழியின் கடைசிப் பக்கங்கள்', சுஜாதாவின் இலக்கியப் பரிச்சயம் கொண்ட வாசகர்களின் உள்ளம் கவர்ந்து நீண்ட காலம் - கிட்டத்தட்ட முப்பது வருடம் - சிறு பத்திரிகையான கணையாழியில் வெளியானதோ, அதே போல் வெகுஜனப் பத்திரிகையில் தொடர்ந்து வாசகர்களின் பேராதரவோடு நீண்ட நெடும்பயணம் சென்ற பத்தி, 'கற்றதும் பெற்றதும்'. நான்கு நூல்களாக இவை தொகுக்கப்பட்டுள்ளன.

நூலின் பொருளடக்கத்துக்கும், எழுத்துக்கும் சில உதாரணங்கள் இவை -

ராணுவத்தைக் கொண்டு செலுத்தும் முதன்மை உணர்வு தேச பக்திதானே?

இந்தக் கேள்விக்கு சுஜாதா சற்றே மாறுபட்ட ஒரு கண்ணோட்டத்தை முன் வைக்கிறார். ஏற்பதும், ஏற்காமல் போவதும் வாசகரின் விருப்பம்.

மிகச் சிறிய பிரிவான ப்ளாட்டூன் - என்பதுதான் ஆதாரமானது. அதில் நான்கு அல்லது ஐந்து பேர் இருப்பார்கள். ஓர் இளம் லெப்டினெண்ட் கமிஷண்டு ஆபீஸர் தலைமையில் இயங்குவார்கள் ஜவான்கள். அவர் ஒரே மொழிக்காரர்களாக, ஏன் ஒரே ஊரைச் சேர்ந்தவராகவும் இருக்கலாம். ஒருவருக்கொருவர் அமைதிக் காலத்தில் ஒன்றாகப் பழகியவர்கள், பேசியவர்கள். வாழ்க்கையின் சந்தோஷங்களைப் பகிர்ந்துகொண்டவர்கள். அவர்கள் போரிடும்போது அவர்களைச் செலுத்தும் அடிப்படையான உணர்ச்சி நட்புதான். தேசபக்தியெல்லாம் பிற்பாடுதான்."

ஜோசியம், அதுவும் கம்ப்யூட்டர் ஜோசியம் பற்றி சுஜாதா குறிப்பிடுவது பாரதியின் கண்டிப்பான 'சோதிடம் தனை இகழ்' புதிய ஆத்திசூடிக்குக் கிட்டத்தட்ட அருகே வருவது -

கவலை மிகுந்த நாட்களில் யாராவது கிரகம் பார்த்து நற்செய்தி சொன்னால் ஏற்றுக்கொண்டு மன நிம்மதி பெறுவதில் தப்பில்லை.

ஆனால், அதற்காக தீர்மானங்களை ஒத்திப் போடவும் வாழ்க்கையில் நாம் செய்த தவறுகளுக்கு கிரகங்களைக் குறை கூறுவதும் தவறு.

நல்ல நிகழ்வைக் காட்ட முன்வராத மீடியா, அல்லாதவற்றைக் காட்டக் காரணம் சொல்கிறார் சுஜாதா -

மனிதர்கள் வேண்டாம் என்று விலங்குகளைக் காட்டும் சேனல்' போனால் - அங்கும் கரடி சால்மன் மீனைப் பிடித்துக் கண்ணை மட்டும் நோண்டிச் சாப்பிட்டுத் துடிக்கத் துடிக்க தூக்கிப் போடுகிறது. அது ஏன் என்று மீடியா நண்பரிடம் கேட்டபோது, "நல்ல செய்தி கொடுத்தால் யாரும் பார்க்க மாட்டார்கள். 'ரேட்டிங்' விழுந்து விடும்" என்றார். ஒரு சைக்காலஜிஸ்ட்டைக் கேட்டபோது, "நம் மனதில் சமூகத் தேவைகளாலும் நாகரிகத்தினாலும் சமூகக் கட்டுப்பாடுகளினாலும் அடக்கி வைக்கப்பட்ட வன்முறை உணர்ச்சிகளுக்கு உபத்திரவம் இல்லாத வடிகால்கள் இவை" என்கிறார். வெறுப்பதில் சந்தோஷம் இருக்கிறது. நம் எண்ணங்களின் செயல்பாடுகளின் ஊற்றுக்கண் வெறுப்புதான்.

ஒரு கதையையோ, அலாதியான நிகழ்ச்சி அல்லது அமானுஷ்யம் வரும் தொடர்கதையையோ படித்து சில வாசகர்கள் அவரிடம் சொல்வார்கள். அதெல்லாம் கதை என்று அவர் அவர்களை அனுப்பி வைத்தாலும் விடாப்பிடியாகச் சிலர் அவரிடம் புகார் அளித்த வண்ணம் இருந்தார்கள்.

"அ என்ற நெடுங்கதை. அதுல வர மாதிரி எனக்கும் மண்டைக்குள்ள குரல்லாம் கேக்கறது." "இஸிட்? டாக்டரைப் பார்த்தீங்களா?" "தேவையில்லை. உங்க தினேஷ் குமாருக்கு அந்தக் குரல் தற்கொலை செய்யச் சொல்றது. எனக்கு என்ன கேக்கறது தெரியுமோ?" "என்ன..?" என்றேன் நடுக்கத்துடன். "பெருமாள் பேரா கேக்கறது."

சுஜாதாவின் எந்தக் கதையைப் படித்தாலும் மனதுக்குள் அவர் குரல் தான் கேட்கிறது - எல்லாக் கதைகளும் எழுதப்பட்டு விட்டன.

7 – நாடகங்கள்

சுஜாதா நாடகத்தில் புகுந்தது அவருடைய எழுத்து வாழ்க்கையின் பெரும்பகுதி கடந்து வந்த பிறகுதான். அவர் நாடகத்தில் நடித்திருக்கிறார். அது பள்ளிப் பருவத்தில், சொந்த ஊரான ஸ்ரீரங்கத்தில். ஸ்ரீரங்கக் கதை ஒன்றில் விஸ்தாரமாகத் தன் நாடக நடிப்பு அனுபவத்தைப் பதிவு செய்திருக்கிறார் அவர்.

எனினும் அதிகமாக நாடகம் எழுதியது, அவர் சிறுகதையிலும், நாவலிலும், அறிவியல் கட்டுரை, கணையாழிக் கட்டுரையிலும் அழுத்தமாகச் சுவடு பதித்த பிறகுதான். நாடக, திரைப்படப் பழம்பெரும் நடிகர் காலம் சென்ற பூர்ணம் விஸ்வநாதனின் நட்பு, சுஜாதாவை நாடகம் எழுதத் தூண்டிய காரணிகளில் முக்கியமானது. பூர்ணம் நடத்தியிருந்த நாடகக் குழுவான பூர்ணம் தியேட்டர்ஸுக்காக எழுதப்பட்டவை அவருடைய பெரும்பான்மையான நாடகங்கள். சுஜாதாவே சொல்வது இது :

சுஜாதா - பூர்ணம் என்ற எங்கள் கூட்டணியில் ஒரு கொலை ஒரு பிரயாணம், அடிமைகள், டாக்டர் நரேந்திரனின் வினோத வழக்கு, கடவுள் வந்திருந்தார், அப்பா அன்புள்ள அப்பா, ஊஞ்சல், சிங்கமையங்கார் பேரன், பாரதி இருந்த வீடு போன்ற நாடகங்கள் நூற்றுக்கணக்கான முறைகள் போடப்பட்டன. குறிப்பாக 'கடவுள் வந்திருந்தார்' முன்னூறு முறை மேடையேறியது. முரண்பாடு, ஊஞ்சல் நாடகங்கள் தொலைக்காட்சியிலும் வந்தன.

தமிழில் நடிப்பதற்காக எழுதப்பட்ட நாடகங்களே பெரும்பான்மை ஆனவையும். எனில் படிப்பதற்காக எழுதப்பட்ட நாடகங்களும் உண்டு. உதாரணமாக, மறைந்த எழுத்தாளர் ஜெயந்தன் எழுதிய 'நினைக்கப் படும்'. படிப்பதற்கான நாடகங்களையும் மனதில் நிகழ்த்தித்தான் வாசகர்கள் அனுபவிக்கிறார்கள் என்பதை மறக்கக் கூடாது.

சுஜாதாவின் நாடகங்கள் நிகழ்த்தப் பட்டாலும், படிக்கப் பட்டாலும் அலாதி நாடக அனுபவத்தைத் தர வல்லவை.

'கடவுள் வந்திருந்தார்', 'டாக்டர் நரேந்திரனின் வினோத வழக்கு', 'ஊஞ்சல்', 'அன்புள்ள அப்பா', 'வந்தவன்' என்று அவர் எழுதிய பல

நாடகங்களும் அறுபது வயது கடந்த பூர்ணம் விஸ்வநாதனுக்காக எழுதியதால், ஒரு முதியவர் பாத்திரம் இந்நாடகங்களில் முக்கியமான இடம் பெறுவது இயற்கையே. 'பூரணத்துக்காக சுஜாதா பிடித்த கொழுக்கட்டைகள்' என்று அந்நாடகங்களை விளையாட்டாக சுஜாதா அன்பர்கள் சொல்வதுண்டு.

தமிழில் மேடை நாடகங்கள் சம்பிரதாயமாக, மேடை செட் வீட்டுப் பூஜை அறையிலோ அல்லது அட்டைப் பிள்ளையாருக்கு முன்னால் நின்று பிரார்த்திப்பதோடோ ஆரம்பிக்கும். கடவுள் வந்திருந்தார் நாடகத்துக்காக மேடையில் திரை உயர, ஆபீஸ் போகிற அவசரத்தில் ஒரு ஐம்பத்தைந்து வயதுக்காரர். மேல் கோட்டைப் போட்டுக்கொள்ள எடுத்து, அவையைப் பார்த்துப் பேசுகிறார் -

ஆதிசங்கரர் ஒரு கேள்வி கேட்டார். பார்க்கறதுக்கு ஒருத்தருமே இல்லையா, ஆகாசம் அப்பவும் நீலமா இருக்குமான்னு. ஏன்? ஒரு ஆள் பார்த்தால்கூடப் போறாது. ரெண்டு பேர் பார்த்து ஒத்துப்போனாத்தான் உண்மைக்கு ஒரு வடிவம் வரும்.

ஓய்வு பெற்ற முதியவர். வேலைக்குப் போகும் மகள். அனுசரணையான ஆனால் நிறையப் பேசுகிற மனைவி. வீட்டு மாடியில் குடி வைத்த, இவர் மகள்மேல் காதல் கொண்ட இளைஞன். இவை சந்தேகமே இல்லாமல் சராசரி நாடக மேடை பாத்திரங்கள் தாம். ஆனால் கதைப் போக்கு, காலம் என்ற நான்காம் பரிமாணத்தில் பிரயாணம் செய்ய உடனே திரும்புகிறது. எதிர்காலத்திலிருந்து வந்தவன் ஓய்வு பெற்ற சீனிவாசனைச் சந்திக்கிறான்.

வந்தவன் அவரை மிரள வைக்கிறான். அவன் சீனிவாசன் கண்ணுக்கு மட்டும் தான் தெரிகிறான்.

நாடகத்தில் ஒரு கதாபாத்திரம் மூலம் தன்னையும் கிண்டல் செய்து கொள்கிறார் சுஜாதா, அவர் எழுதாத ஒரு புத்தகத்தை வைத்து

வீட்டு சொந்தக்காரர் (சீனிவாசன்), மாடியில் குடியிருக்கும் இளைஞன் (சுந்தர்) உரையாடல்

சுந்தர் : உங்களுக்காக லைப்ரரியிலே புஸ்தகம் எடுத்துண்டு வந்தேன்..

சீனி : (ஆவலோடு அதைப் பார்த்து) கிடைச்சுடுத்தா?

சுந் : எதிர்கால மனிதன். பிரமாதமா இருக்கு

சீனி : (புரட்டி) சுஜாதாவா? சினிமாக்காராள்ளாம் புஸ்தகம் எழுத ஆரம்பிச்சுட்டாளா?

சுந் : இது வேறே. பெங்களூர்க்காரர். கொஞ்சம் ரீல் விட்டிருக்கார். நம்பும்படியா இல்லே. எதிர்கால மனிதன் இன்னிக்கும் இருக்கானாம். அவனை நாம் சந்திக்கலாமாம். ஏதோ டைம் டிராவல், அது இதுன்னு

எதிர்கால மனிதன், சீனிவாசன் வீட்டு முன்னறையில் அவருக்குக் காட்சி தருகிறதை நாடக நிகழ்த்தல் குறிப்பாக விவரிக்கிறார் -

சீனிவாசன் கையில் குடையை வைத்துக்கொண்டு ஓங்கத் தயாராய் நிற்க, எதிரே புதிதாக வந்தவன் நிற்க...வந்தவன் வெள்ளை ஓவர் ஆல் போல் ஒன்று அணிந்து கொண்டிருக்கிறான். கண்ட இடம் எல்லாம் பைகள். தலையில் டெண்டிஸ்ட் போல ஒரு வளையம். அதன் நடுவில் ஒரு பல்பு. சிறிய ஏரியல். சீனி அவனை 'ஆ' என்று பார்த்திருக்க, அவனும் சீனியை ஆச்சரியத்துடன் பார்க்க .. வந்தவன் முதலில் ப்ரெஞ்ச், ஜெர்மன், ரஷ்ய மொழிகளில் வணக்கம் சொல்ல, சீனி தமிழ் என்கிறார். வந்தவன் 'வணக்கம்' சொல்கிறான்.

சம்பிரதாயமான மேடையின் சாத்தியக் கூறுகளோடு எதிர்கால மனிதனை சும்மா நான்கு சக்கரம் சுழல, பல்ப் மின்னக் காட்டுவதோடு நிற்காமல், உரையாடல்களிலும் ஓரளவுக்கு நகைச்சுவையைப் புகுத்துகிறார் சுஜாதா.

வந். : உன் பெயர் என்ன?

சீனி : சீனிவாசன்

வந் : கை கொடு

சீனி : ய்ய்ய்.. ஷாக் அடிக்கிறது (உதறிக் கொள்கிறார்)

வந் : மன்னிச்சுடுங்கோ. வந்த உடனே கரண்ட் எடுக்க மறந்துட்டேன்.

சீனி : உங்க பேர் என்ன?

வந் : எங்களுக்கெல்லாம் பேர் கிடையாது. நம்பர். என் நம்பர் *18.16.328-276*

சீனு : உங்களை எப்படிக் கூப்பிடறது?

வந் : ஜோன்னு கூப்பிடுங்கோ. எங்க கப்பல் பேரு ஜோ. அதில் வந்தவன் ஜோ. என்ன?

சீனி : ஏதோ மிட்டாய் மாதிரின்னா இருக்கு. பேரு. ஊர் என்ன?

வந் : நோவா நகரம். பிறந்தது *2088*. இறக்கப் போவது *2188* நூறு வருதம்

சீனி : வருஷம். வருதம் இல்லே.

வந்தவன் எதிர்காலத்தில் இருந்து நாடகப் பார்வையாளரின் காலத்துக்கு வந்திருக்கிறான். காலப் பயணம் என்ற time travel கோட்பாட்டை எளிமையாக உணர்த்த வேண்டும். சுஜாதா சிரமப்படுவதே இல்லை.

சீனி : போய்டுவேளோல்லியோ

வந் : மறுபடி கப்பல் வரப்போ போயிடுவேன்

சீனி : அது எப்போ வரும்?

வந் : சொல்ல முடியாது. ரூட்டைப் பொறுத்தது. எனக்குப் பக்கத்தில் உட்கார்ந்திருந்தவர் ஒன்பதாம் நூற்றாண்டு. பல்கேரியா. அங்கே திராட்சைப் பழம் சீப்பா கிடைக்கும்னு போயிருக்கார். அதுக்குப் பக்கத்தில் இருந்த பொண்ணு ரிஸர்ச் பண்றா. ரொம்ப பின்னாலே போய் ஆதிகாலத்துக்குப் போகணும்னா. அதுக்கு வண்டி மாத்திக்கணும்னு தகறார் பண்ணிட்டிருந்தான் ட்ரைவர். அவனும் மனுஷன் தானே!

வந்தவன் இன்றைய மனிதன் போல் பசியும், தாகமும் கொண்டவன். ஆனால் இதில் வித்யாசம் காட்ட முடியும் என்று சொல்லாமல் சொல்கிறார் சுஜாதா.

வந். : எனக்குப் பசிக்கறது. இந்த ஊர்லே ஏசியா டிசியா

சீனி. : ஏஸி

வந் : எத்தனை வோல்ட்?

சீனி : 220 வோல்ட்

வந் : (தன் பையிலிருக்கும் ஒரு சிறு பெட்டியில் 220-ஐ அமைத்து ஒயரை பிளக் பாயிண்டில் செருக, அவன் தலையில் இருக்கும் விளக்கு எரிய, சற்று நேரம் ய்ய்ய்ய் என்று சப்தம் வர, அது நின்றதும் பிளக்கைப் பிடுங்கி சுருட்டி வைத்துக்கொண்டு) அப்பாடா பசியாற சாப்பிட்டாச்சு

சீனி : கரண்டா?

வந் : ஆமாம்.. நல்லா தித்திப்பா இருக்கு, உங்க ஊர் கரண்டு. எங்க பக்கம் கொஞ்சம் அசட்டுத் தித்திப்பா இருக்கும்.

இந்தக்கால பென்ஷனர் சீனிவாசனுக்கு மட்டும் எதிர்காலத்திலிருந்து வந்தவனான ஜோ கண்ணுக்குத் தெரிகிறான். இதனால் ஏற்பட்ட குழப்பங்களால் சீனிவாசன் சித்தம் குழம்பியவராகத் தென்படுகிறார்.

அவருக்குப் பேய் பிடித்திருக்கிறது என்று கருதி, பூசாரியை வைத்து உடுக்கடித்து, வாசலுக்கு வெளியே கோழியும் உள்ளே எலுமிச்சம்பழமும் வெட்டி, பூஜை.

பூஜாரியை சீனிவாசன் விரட்ட, அவரை மனநல மருத்துவரிடம் அழைத்துப் போகிறார்கள் டாக்டர் இப்படிச் சொன்னார், அப்படிச் சொன்னார் என்று அரையும் குறையுமாக மருத்துவத் துறை, அறிவியல் சொற்களை விழுங்கிப் பேச்சோடு உமிழ்கிறார்கள். சீனிவாசனுக்கு வந்த நோக்காட்டை விளக்க முயலும் சராசரி இடைத்தட்டு வர்க்கத்தில் வந்த சுந்தர் சொல்வது இது -

சுந்தர்: உங்களை யாரு பைத்தியம்னு சொன்னா? மொமண்டரியா ஒருவித மெண்டல் டிஸ்டர்பான்ஸ். சரியாப் போயிடும். நேத்தி ராத்திரி டாக்டர் கிட்டே பேசினேனே. ஒரு விதமான் manic depressive state-ஆம் உங்களுக்கு. ரிடையர் ஆன ஷாக்குலே திடீர்னு உங்களுக்கு இம்பார்ட்டன்ஸ் குறைஞ்சுட்டதுனாலே, உங்க மேலே மத்தபேர் கவனத்தைச் செலுத்தறதுக்கான இந்த மாதிரி விஷன்ஸ் எல்லாம் பார்க்க ஒருவிதமான இன்ஸெக்யூரிடியினாலதான் இந்த நிலைமையாம். டாக்டர் சொன்னார்.

சீனி : நாசமாப் போனான். அந்த பூசாரிக்கும் டாக்டருக்கும்

வித்தியாசமில்லை. அவன் தமிழ்ல ஏமாத்தறான். இவன் இங்க்லீஷ்லே ஏமாத்தறான்.

எதிர்காலத்தில் இருந்து வந்தவனான ஜோ சீனிவாசனைத் தவிர மற்றவர்கள் கண்ணுக்குத் தெரியாமல் இருந்து மேஜை நாற்காலியை நகர்த்துவது, ரேடியோவைத் தரையில் வைப்பது, மருத்துவமனைக்குக் கூட்டிப் போக வந்தவர்களை, டாக்டரை முதுகில் தட்டுவது, இன்ஸ்பெக்டரின் தொப்பியை எடுத்து சீனிவாசனிடம் தருவது (மற்றவர்களுக்கு அற்புதச் செயலான தொப்பி பறத்தல்) என்று நிகழ்த்த, இந்த 'சிறு அற்புதங்கள்' சீனிவாசன் என்ற தெய்வப் பிறவி நிகழ்த்துபவை என்று எல்லாரும் நம்புகிறார்கள். இதை சுஜாதா சித்தரிக்கும் பகுதி இது :

இன்ஸ்பெக்டர் : சுவாமி, எங்களை எல்லாம் மன்னிச்சுடுங்க. அற்பத் தனத்தாலே, அறிவு கம்மியினால உங்களை..

சீனி : பரவாயில்லை (ஜோ சீனிவாசனிடமிருந்து அவருடைய தொப்பியை வாங்கித் திரும்ப் இன்ஸ்பெக்டரிடம் திருப்பித் தருகிறான். அவர் அதை அணிகிறார்).

டாக்டர்: சுவாமி, தெய்வமே. ஆறு வருஷமா என் பெண்டாட்டிக்குக் கொழந்தை இல்லே

சுந்தர்: இதையெல்லாம் சுவாமி கிட்டே கேக்கக் கூடாது.

அற்புத மனிதர் சீனிவாசன் பற்றி அக்கம் பக்கம், ஊர் முழுக்க செய்தி பரவுகிறதை, மேடையில் விளக்கு அணைத்து, அடுத்தடுத்து வரும் குரல்களாக சுஜாதா தனதேயான நகைச்சுவையோடு சித்தரிக்கிறார். பல குரலில் சில குரல்கள் :

"நம்ம ஆதிகேசவன் நேர்ல பாத்துட்டு வந்து கதை கதையாச் சொல்றான். சாமியோட ஒரு கண் வீச்சிலே வீடே பறக்குதாமே. ஒரு அர அவரு ப்ரேயர் மீட்டிங்குக்கு வந்தவங்க எல்லாரையும் ஒரு அரை மணி நேரம் தலை கீழா ஒக்காத்தி வச்சிச் சிரிச்சிட்டுருந்தாராம்"

"ஆ அப்படியா? அப்போ அவுரு எப்படி ஒக்காந்திருந்தாரு?"

"கூரை மேல. வௌவால் கணக்கா".

"அவர் பாட்டுக்கு வாயு ஸ்தம்பனம் பண்றார். ஜல ஸ்தம்பனம் பண்றார். அக்கினியிலே குளிச்சுட்டு ஜில்லுனு எழுந்திருக்கறார்"

"அசோக் நகர் சாமிஜி ஒரு தலைகாணியையே தின்னுட்டாராமே?"

எதிர்காலத்தில் இருந்து வந்த ஜோ திரும்பிப் போகிறான். நிகழ்த்திக் காட்ட சீனிவாசனிடம் அற்புதங்கள் ஏதுமில்லை. ஆனாலும் ஆராதிக்கப்படும் பீடத்திலிருந்து அவர் கீழே இறக்கப்படுவதே இல்லை. அவரும் பக்தர்களிடமிருந்து பெரும் தொகையாக வரும் வருமானத்தை சேவை நோக்கில் செலவு செய்கிறார். சமுதாயத்துக்குப் பொதுநலம் நாடும் ஒரு அற்புத மனிதர் கிட்டுகிறார். அரசாங்கம் செய்யாத சமூக உதவியாக பள்ளிக்கூடம் கட்ட, மருத்துவ மனை அமைக்க என்று சீனிவாசன் தனக்கு வரும் காணிக்கை வருமானத்தைத் திருப்பிச் செலுத்துவது தொடர, எல்லோருக்கும் மகிழ்ச்சி. நாடக முடிவில் சுஜாதா, சீனிவாசன் பாத்திரம் மூலம் சொல்கிறார் -

சீனிவாசன் : (சபையோரைப் பார்த்து) பார்த்தீங்களா? இதிலே எது உண்மை? எது கடவுள் செயல்? எப்படி நாம் சொல்ல முடியும்? ஸயன்ஸ்னு சொன்னா நம்பலே. கடவுள் பெயர் சொல்லி நம்ப வச்சாச்சு. இப்படி ஏமாத்தறது மூலம் நல்லதுதான் நடந்திருக்கு.

இப்ப நான் கோவிலுக்குப் போனா அப்படியே எல்லோரும் மண்டி போட்டுண்டு சேவிப்பா. நான் பார்த்தாலே போதும். உருகுவா. நான் சொல்ற ஒவ்வொரு சொல்லையும் வேதவாக்கா எடுத்துப்பா.

நம்ம சைகாலஜி அப்படி.. யாரையாவது, எதையாவது விழுந்து சேவிச்சிண்டே இருக்கணும். ஆனாலும் ரொம்ப இழப்பு எனக்கு.. என்னுடைய சுதந்திரம்.. எல்லாத்தையும் உதறிப் போட்டு, கிராமத்துக்கே ஓடிப் போயிடலாம்னு தோணுறது.

சுஜாதா எழுதி, பூர்ணம் விஸ்வநாதன் தம் குழுவினருடன் வெற்றிகரமாக நிகழ்த்திக் காட்டிய மற்றொரு நாடகம் 'டாக்டர் நரேந்திரனின் வினோத வழக்கு'.

'இப்படி நடந்தால்' என்ற வடிவில் இந்நாடகத்தைப் பார்த்தால் -

'நகரில் பெரிய மருத்துவ மனையில் தலைமை மருத்துவராகப் பதவி உயரக் காத்திருக்கும் இரண்டு ஸ்பெஷலிஸ்ட் மருத்துவர்களில்

ஒருவர் என்ன செய்தாவது அந்தப் பதவியை அடைய வேண்டும் என்று எதிர்பார்த்தால், என்ன நடக்கும்?'

நாடகத் தலைப்பில் வரும் டாக்டர் நரேந்திரனுக்கு அந்தப் பதவி உயர்வு கிடைக்கும் சூழ்நிலை. மற்றவர் டாக்டர் நரேந்திரன் மேல் பொய் வழக்கு ஜோடித்து தமக்கு நெருக்கமான அரசியல்வாதி உதவியோடு சாட்சிகளை விலைக்கு வாங்க முயல்கிறார். சுஜாதாவின் பல நாவல்களில் வரும் வழக்கறிஞர்களான கணேஷும் வசந்தும் டாக்டர் நரேந்திரனுக்காக நீதிமன்றத்துக்கு வருகிறார்கள். டாக்டர் நரேந்திரனுக்கு நிகழ்வது என்ன என்று நாடகம் சொல்கிறது. ஊழ்வினை செய்தவரை, செய்த முறை, நாடி வந்து உகுத்தும் என்ற சிலப்பதிகார நீதியும் குரல் தாழ்த்திச் சொல்லப்படும்.

'டாக்டர் நரேந்திரனின் வினோத வழக்கு' நாடகக் கதையாலும், உரையாடல்களாலும் மட்டும் சிறப்படையவில்லை. நவீன நாடக மேடை உத்திகள் பற்றி சுஜாதா இங்க்லீஷ், கன்னடம், மராத்தி, இந்தி போன்ற பிறமொழி நாடகங்களைப் பார்த்து அவற்றைப் பகிர இடமும் காலமும் நோக்கி இருந்தார். அப்படி அறிந்ததை இந்த நாடகம் எழுதும் போது குறிப்புகளாக நாடகத்தினூடே பகிர்ந்து கொள்வதாலும் முக்கியம் பெற்ற நாடகம் இது.

நாடகத் துவக்கத்தில் சுஜாதா சொல்வது இது - இந்த நாடகத்தின் மேடை மூன்று பாகமாகப் பிரிக்கப்பட்டிருக்கிறது. மையப் பகுதியில் ஒரு வழக்கு நடக்கிறது.

அரங்கத்தின் ஒளி அமைப்பு இதற்கு ஏற்றபடி இருக்க வேண்டும். நடுவே கோர்ட்டில் நடக்கும்போது, அந்தப் பகுதி பொதுவாக ஒளி பெற்றிருக்கும் போது மற்றப் பகுதிகள் இருட்டுக்கு மிக அருகே இருக்க வேண்டும். இதற்காக அந்தப் பகுதியில் அரங்க அமைப்பை எளிதாக வைத்துக் கொள்வது நல்லது. இந்த நாடகத்தைச் செட்டுகள் இன்றியே ஒளியால் பிரித்து நடிக்க முன் வந்தாலும் எனக்குச் சம்மதமே.

நாடகத்தில் சுஜாதா சிறப்பாகப் பயன்படுத்தும் மேடை உத்திகளில் சில :

ஒரே காட்சியையோ அல்லது அதன் பகுதியையோ ஒரு தடவைக்கு மேல், நாடகப் போக்கில் நிகழ்த்துவது - ஒவ்வொரு முறையும்

மாறுபட்ட கண்ணோட்டத்திலோ அல்லது முன்னும் பின்னும் இணைத்த உரையாடல், காட்சியால் புதியதாகப் பொருள் கொள்ள வைத்தோ பார்வை வேறுபாடுகள் மூலம் நாடகத்திற்குச் செறிவு கூட்டுவது

மூன்றாகத் தடுக்கப்பட்ட மேடை. நடு மேடையில் நிகழ்காலமும் அதற்கு இடப் பக்கமும் வலப் பக்கமும் இறந்த காலமுமாக நாடகம் நிகழ வைப்பது. நிகழ்காலத்தில் இருந்து ப்ளாஷ் பேக் என்ற இறந்த காலக் காட்சிக்கு நிகழில் இருந்து மெல்ல நழுவும் கதாபாத்திரங்கள். அந்தக் காட்சி முடிந்து மறுபடி நிகழுக்கு வந்து விடுகிறார்கள்.

செறிவான, சுவாரசியம் குன்றாத, 'நாடகத்தனம்' இல்லாத இயல்பான நீதி மன்றக் காட்சிகள். நாடகத்தின் பெரும் பகுதி, முழு நிகழ்காலக் காட்சிகளும் நீதிமன்ற விவாதங்களாகவே சொல்லப்படுகின்றன.

காத்திரமான சில உரையாடல்கள் இவை -

நீதிமன்றத்தில் அரசுத்துறை வழக்குரைஞர் டாக்டர் நரேந்திரனிடம் விசாரணை செய்கிறார் -

(டிபன்ஸ் லாயர்) நாகராஜன் : உங்களுக்கு ஆஸ்பத்திரி விதிகள் எல்லாம் ஒரு பொருட்டல்ல, இல்லையா?

டாக்டர் நரேந்திரன் : விதிமுறைகள் எல்லாம் மனிதாபிமான செயல்களுக்குக் குறுக்கே வரக்கூடாது

நாக: அதுக்காக உங்க சொந்தப் பாவங்களை மறைக்கறதுக்கு அந்த விதிமுறைகளைப் பயன்படுத்தலாமா?

டாக்டர்: அது சொந்த பாவமா இல்லாதபோது பயன்படுத்தலாம். இன்னொருதர் துயரத்தைத் துடைக்கறதுக்கு உபயோகப்படுத்தலாம்.

நாக : நான் உங்களை அபிப்பிராயம் கேட்கலே. ஆமாம், இல்லைன்னு பதில் சொன்னாப் போதும்

டாக்டர் : அதுக்குத் தகுந்த மாதிரி கேள்வி கேட்டா போதும்.

மேதைமை கொண்ட புத்திசாலி, ஆனால் நோயாளியான சிறுவனும் பெற்றோரும் பேசுவதிலிருந்து -

அம்மா : உடம்பிலே ரத்தமே இல்லை பாருங்கோ. சோகை புடிச்ச மாதிரி இருக்கான். அடிக்கடி ஜுரம் வருது. இப்படிப் படிச்சா ரத்தத்தை எல்லாம் படிப்பு உறிஞ்சிடறது

தந்தை : மாதவராவ் கிட்டே காட்டினயா?

ரவி : அப்பா, அந்த டாக்டருக்கு அனிமியா ஸ்பெல்லிங்க் தெரியலைப்பா

இரண்டு முறை வரும் ஒரு காட்சிக்காக சுஜாதா எழுதிய குறிப்பு உண்டு.

இப்படியான காட்சிகளில் ஒரே உரையாடல் பயன்படுத்தப்படும். சுஜாதா காட்சிக்கான - இரண்டாம் முறை உபயோகிக்கும்போது - உரையாடல் பற்றியது அந்தக் குறிப்பு :

இந்தக் காட்சியில் நடிக்கும்போது டாக்டரின் பேசும் தொனியில் அனுதாபம் தான் பிரதானமாக இருக்க வேண்டும். முதல் காட்சியில் இதே சம்பாஷணை பிராசிகியூஷன் தரப்பிலிருந்து கொடுக்கப்படும்போது, டாக்டரின் குரலில் கண்டிப்பும், அலட்சியமும் பிரதானமாகக் காட்டியிருக்க வேண்டும்.

இந்தக் குரல் வித்தியாசம் மூலம் வேறு பொருள் உணர்த்துவதை நாடகத்தை வாசிக்கிறவர்கள் அனுபவிக்க முடியாது. நாடகம் நிகழ்த்தப்படும் அரங்கில் பார்வையாளர்களுக்கு மட்டுமே கிட்டும் சுவை அனுபவம் இது.

சுஜாதாவின் இன்னொரு குறிப்பிடத் தகுந்த நாடகம் ‘ஊஞ்சல்’. இதுவும் பூரணத்துக்கு சுஜாதா பிடித்த கொழுக்கட்டை தான். சுவையானதும் கூட.

‘ஊஞ்சல்’ பற்றி சுஜாதா சொன்னது:

அண்மையில் எனக்குக் கட்டாயமாக நிறைய ஓய்வு கிடைத்தது. நாடகங்கள் பல படித்தேன். அவற்றில் சாயேவ்ஸ்கியின் அருமையான டெலிவிஷன் நாடகங்களையும், ஆர்தர் மில்லரின் 'டெத் ஆஃப் எ சேல்ஸ்மேன்' ஐயும் படித்த போது அந்த நாடகங்களின் மையக்கருத்தான Tragedy of the common man நம்முடைய சூழ்நிலைக்கும் பொருந்துவதை

உணர்ந்து இந்த நாடகத்தை எழுதத் தொடங்கினேன். இதன் முக்கிய கதாபாத்திரமான வரதராஜன் ஒரு சாதாரண மனிதராக இருப்பினும், அவரது வீழ்ச்சியில் ஒரு காலகட்டத்தின் ஒரு தலைவனின் வீழ்ச்சியின் முழுமை இருப்பதை நீங்கள் உணர்ந்து கொள்ள முடியும் என்று நம்புகிறேன்.

நாடகத்தின் கதைச் சுருக்கம் - 'அப்படியானால்?' என்ற சுஜாதா வகை கேள்வியாகச் சொன்னால் :

செயலாக இருந்த காலத்தில் மேதையாகக் கருதப்பட்டு தற்காலத்தில் வழக்கொழிந்து போன ஒரு பிடிவாதக்கார முதியவர் அவருக்கு மரியாதை கிடைக்காத சூழலில் வாழ்வின் இறுதி நாட்களைக் கழிக்க நேர்ந்தால்?

அந்த முதியவர் -அப்பா வரதராஜன். மிகப் பிரபலமான இஞ்சினீயராக இருந்தவர். வீட்டு சுப நிகழ்வுக்கு கவர்னரே வந்து போனாராம். இப்போது ரிடையரான பெரியவர் மகளின் சம்பளத்தில், அவளுக்கு சுமையாக வாழ்கிறார். அவருடைய இருப்பே மதிக்கப்படாத, விரையும் காலத்தின் ஓட்டத்தில் கழித்துக் கட்டப்பட்ட சூழல். வீட்டுக் கூடத்தில் இருக்கும் பழைய மர ஊஞ்சல் வரதராஜனின் வாழ்க்கைக்கான படிமமும் ஆகிறது. உயிரில்லாத முக்கியமான கதாபாத்திரமும் ஆகிறது. ஊஞ்சலில் ஆரோகணித்து, ஒரு சிநேகிதர் போல் அதோடு உரையாடும் கதாபாத்திரம் வரதராஜன். ஊஞ்சலில் அதில் ஆடியபடி வாசலில் கவர்னர் வருவதாகக் மனம் கற்பனை செய்து காட்ட, அதை நிஜமென நம்பி, அவரை வரவேற்க தெருவுக்கு ஓடும்போது சாலை விபத்தில் வரதராஜன் ஆயுள் முடிகிறது. அந்த மரணம் கூட அவர்மேல் கூடுதல் கவன ஈர்ப்பு ஏற்படுத்தாமல் தெருவோடு போகிறவர்களின் வழக்கமான எதிர்வினைக்குப் பாத்திரமாக அமைவது, வரதராஜன் கதாபாத்திரத்தின் உச்ச கட்ட சோகம்:

"நேரா வந்து வுயுந்தான்யா..."

"பாவம் டைவரு. எவ்வளளோ சாலாக்காத்தான் ப்ரேக் போட்டாரு."

சேக்ஷ்பியரின் துன்பவியல் நாடகமான கிங் லியரின் கனத்த சோகத்தில் பத்தில் ஒரு பங்காவது புறக்கணிப்புக்கு ஆளான வரதராஜனின் சோகத்தில் உண்டு.

8 – ஸ்ரீரங்கத்துக் கதைகள்

பயோபிக்ஷன் என்ற பிரயோகம் தமிழில் பரவலாகப் பயன்படுத்தப்படுவதற்கு வெகு காலம் முன்பே அவ்வகைக் கதைகளை நிறைய எழுதியிருக்கிறார் சுஜாதா. இவை எல்லாம் ஒரே ஊரை நிகழுமிடமாகக் கொண்டவை. ஸ்ரீரங்கம்.

ஸ்ரீரங்கம் கதைகளில் கதைசொல்லியாகவோ, முக்கியமான அல்லது ஓரத்தில் நின்று சாமரம் வீசும் கதாபாத்திரமாகவோ சுஜாதா தான் தோன்றுவார். பயோபிக்ஷன் என்ற வாழ்க்கைக் கதை, நிஜ வாழ்க்கையிலிருந்து ஒரு இழையை எடுத்து அத்தோடு கற்பனைச் சம்பவங்களையும் பாத்திரங்களையும் ஒட்ட வைத்து, மெய் கலந்த புனைவு ஆக்குவது. பயோபிக்ஷனில் எது உண்மை, எது புனைவு, எங்கே உண்மை முடிந்து புனைவு தொடங்குகிறது, எங்கே அது உண்மையோடு கலக்கிறது என்பது எழுதியவருக்கு மட்டுமே தெரிந்த ஒன்று.

சுஜாதா எழுதிய பயோபிக்ஷன் எல்லாம் அவர் இளம் வயதில் வாழ்ந்த ஸ்ரீரங்கம் பற்றியவை. அவரோடு கூட அவருடைய பள்ளித் தோழனான கே.வி என்ற கே.வி.ஸ்ரீனிவாசனும் இந்தக் கதைகளில் அங்கங்கே வருகிறார். 'என்னை பத்தி எல்லாம் எழுதிட்டான் ரங்கராஜன் (சுஜாதா), பிணம் தூக்கினதை மட்டும் தான் எழுதலை' என்று கே.வி சொல்வதாகக்கூட ஒரு கட்டுரையில் எழுதிவிட்டார் சுஜாதா.

இந்தக் கதைகள் மூன்று பகுதிகளாக வெளியானவை. 1983-ல் சாவி வாரப் பத்திரிகையில் இதன் முதல் ஈடாக ஏழு கதைகள் வெளிவந்தன. இவை புத்தகமாகத் தொகுக்கப்பட்டபோது ஸ்ரீரங்கத்துக் கதைகள் என்று பெயரிடப்பட்டன.

2003-ஆம் ஆண்டில் இன்னொரு ஈடு ஸ்ரீரங்கத்துக் கதைகள், 'ஸ்ரீரங்கத்துத் தேவதைகள்' என்ற பெயரில் விகடன் வாரப் பத்திரிகையில் வெளியாயின.

1983-க்கும் 2003-க்கும் இடைப்பட்ட இருபத்தைந்தாண்டுகளில் அவ்வப்போது பல பத்திரிகைகளில் சுஜாதா ஸ்ரீரங்கம் பற்றிய கதைகளை எழுதியிருக்கிறார்.

இவை அனைத்தும் ஸ்ரீரங்கம் கதைகள் என்ற பொதுப் பிரிவில் அடங்குகிறவை. சுஜாதாவின் நண்பரும் அணுக்கத் தொண்டருமான தேசிகன் என்பவர் தேடி அட்டவணைப்படுத்தி, வெளியான காலம் பற்றிய தகவலோடு தொகுத்த கதைகள் இவை.

இந்தக் கதைகளில் சுஜாதாவோடு தொடர்ந்து வருவது ஸ்ரீரங்கம் தான்.

ஆங்கில எழுத்தாளர் ஜேம்ஸ் ஜாய்ஸ், தாம் பிறந்து வாழ்ந்த ஐரிஷ் மாநகரமான டப்ளினை நிகழுமிடமாகக் கொண்டு எழுதிய கதைகள் (Dubliners) பிரபலமானவை. தமிழில் வண்ணநிலவன், திருநெல்வேலி மாந்தர் பற்றி, தான் கதாபாத்திரமாகாமல் விலகி நின்று எழுதிய 'தாமிரபரணிக் கதைகள்' கூட இதே வகைதான். என்றாலும் இவற்றில் எழுத்தாளர் பங்குபெறும் சுயசரிதைக் கதை எதுவும் கூறப்படுவதில்லை.

அதே போல, ஆர்.கே.நாராயணின் இளம் பருவத்தை மறைமுகமாகச் சொல்லும் ஆங்கில நாவலான 'சுவாமியும் சிநேகிதர்களும்' பயோபிக்ஷன் தான். ஆனால் அது நிகழுமிடமாகக் காட்டப்படும் மால்குடி கற்பனை ஊர்.

சுஜாதாவின் ஸ்ரீரங்கத்துக் கதைகள் நிகழுமிட அடிப்படையிலும், சுயசரித்திரக் கூறுகளாலும் பயோபிக்ஷனாகிச் சிறப்படைந்தவை. பின்னாட்களில் பில் பிரைஸன் ஆங்கிலத்தில் எழுதிய சுய சரித்திரமான 'கோடையிடிக் குமரனின் இளமைப் பருவம்' (The Life and Times of the Thunderbolt Kid) அமைப்பிலும் உள்ளடக்கத்திலும் சற்றே ஸ்ரீரங்கத்துக் கதைகள் போன்றது.

ஸ்ரீரங்கக் கதைகளில் முதல் ஈட்டுக் கதைகள், கதை அமைப்பிலும் கதை சொல்வதிலும் சிறுகதை என்ற வடிவத்தை விட்டு நீங்குவதில்லை. கதை அளவிலும் சிறுகதைக்கான பக்க அளவே இவை கொண்டிருக்கின்றன. என்றாலும் அடுத்த ஈட்டுக் கதைகள் சாவகாசமாகக் கதை சொல்லிப் போகின்றன. கதாபாத்திரத்தை வாசிப்பது கதையை வாசிப்பதை விடச் சற்று கூடுதல் முக்கியத்துவம் பெறும் படைப்புகள் இவை. சுஜாதா என்ற மாபெரும் வெற்றியடைந்த எழுத்தாளர் தன் இளம் பருவம் பற்றி தன்மேல் அன்பும் மதிப்பும் வைத்த வாசகர்களோடு நிகழ்த்தும் உரையாடல்கள் இந்தக் கதைகள். வடிவம் நீண்டு போவதை

கதை வந்த பத்திரிகையான விகடனும் மகிழ்ச்சியோடு அனுமதித்ததும் குறிப்பிடப்பட வேண்டியது.

முதல் ஈட்டுக் கதைகளில் சுஜாதா சிறு வயதிலிருந்து பழகிய சூழலைச் சார்ந்த வைணவ அந்தணக் கதாபாத்திரங்கள் நிறைய அறிமுகமாகிறார்கள். அவர்கள் பேசும் தமிழ் மொழிவழக்கும் துல்லியமாக, அட்சரம் தவறாது பதிவாகிறது. பின்னால் வந்த கதைகளில் சகல தரப்பினரும் வந்து போகிறார்கள். பேசுமொழியிலும் வேற்றுமை தட்டுப்பட்டுப் பதிவாகிறது.

முதல் ஈடு, பத்து நிமிடம் சுழலும் முப்பத்துமூன்று ஆர்.பி.எம் இசைத்தட்டில் ‘எவரிமாட’ காம்போஜி ராக ஆலாபனை என்றால், இசையரங்கில் கால வரையறை இன்றி இசைக் கலைஞர் தன் கற்பனையைக் கொண்டு விஸ்தாரமாக ராகம் தானம் பல்லவி பாடி காம்போஜியை இசைப்பது இரண்டாம் ஈட்டில். ஒவ்வொன்றும் ஒரு சுவை. இரண்டுமே வாசகர்களைக் கவர்ந்தவை,

சுஜாதாவின் ஸ்ரீரங்கம் பற்றிய எல்லாக் கதைகளையும் சேர்த்துத் தொகுத்து வெளியான நூல், ஸ்ரீரங்கத்துக் கதைகள்.

சொந்த ஊர் மைதானத்தில் அடித்து ஆடும் கிரிக்கெட் வீரர் போல், சிறுகதையின் வடிவம், கதை சொல்லும் முறை, சொற்பயன்பாடு, எடுப்பு, தொடுப்பு, முடிவு என்று சகலாமனவற்றிலும் சோதனை செய்து பார்க்க சுஜாதா பயன்படுத்திக் கொண்டது இந்தக் கதைகளைத் தாம்.

ஜே.டி.சாலிஞ்சர் எழுதிய ‘கேட்சர் இன் த ரை’ (J.D.Salinger - The Catcher in the Rye’) பதின்ம வயதுக் கதை சொல்லும் ஆங்கில நாவலின் பாதிப்பு மிகச் சற்றே தட்டுப்படும் சுஜாதாவின் ஆக்கம் ஸ்ரீரங்கத்துக் கதைகள்.

தேர்ந்த திரைப்பட ஒளிப்பதிவாளர் கேமராவை இயக்கி முன்னால் விரியும் காட்சியை அதன் அழகோடும் அல்லாத தோற்றத்தோடும் படம் பிடித்துப் போவது போன்றது அவருடைய கதை சொல்லும் பாங்கு.

ஸ்ரீரங்கத்துக் கதைகளில் கதைசொல்லி சுஜாதா பார்வையாளராகக் கூட இடம் பெறாத சில உண்டு. முதல் கதை ‘காணிக்கை’ இப்படிப்பட்ட ஒன்று.

‘என் பேர் சீமாச்சு. ஸ்ரீரங்கம் கோயில்லே தெற்கு கோபுர வாசல்லே மூக்கிலே ஈயை விரட்டிண்டு உக்காந்திருக்கேனே, நான் தான். கோயிலுக்கு வரப்பட மனுஷாளை அழைச்சுண்டு போய்ச் சுத்திக் காமிச்சிட்டுப் பெருமாள் சேவை பண்ணி வச்சுட்டு அவா குடுக்கறதை வாங்கிண்டு அன்னன்னிக்குக் காலட்சேபம் நடக்கறது எனக்கு’

சீமான் தாங்கி (ஸ்ரீபாதம் தாங்கி) என்ற, திருவரங்கர் உலா வரும்போது பல்லக்கைச் சுமந்து வருகிற கோயில் ஊழியன் ஆக இருந்து அற்பமான தொகையை மாதச் சம்பளம் வாங்கிய சீமாச்சு என்ற சீனிவாசனுக்கு காலில் பிணி கண்டு வேலை போகிறது. கோவிலைத் தவிர வேறு எதுவும் தெரியாத அந்த ஏழை சம்சாரி கோயிலுக்கு வருகிற பயணிகளை அழைத்துப் போய் சுற்றிக் காட்டி காசு வாங்கிப் பிழைக்கும் வழிகாட்டி ஆகிறான். வழி காட்ட யாரும் கிடைக்காமல், கோவில் வாசலில் பசியும் பட்டினியுமாகக் காத்திருக்கிறான். கோயிலையும், அரங்கனையும், கலாசாரத்தையும் உதாசீனம் செய்யும் செல்வந்தர்களின் ஒரு கூட்டம் வந்துசேர அவர்கள் பேசும் சிறுமை, நடத்தையில் புன்மை, பணம் படைத்ததனால் காட்டும் அலட்சியம், எல்லாம் சகித்துக் கோயிலைச் சுற்றிக் காட்டுகிறான். அவர்கள் கண்ணில் படாமல் தன் மகளை அப்பால் போகச் சொல்கிறான். வந்த பத்து ரூபாய் காணிக்கையைக் கோயில் உண்டியலிலேயே சேர்த்து விடுகிறான். தீர்மானமாக, ’அது என் காசு இல்லை’ என்கிறான் ஏழை சீமாச்சு. பட்டினி கிடந்தாலும், நீசர்கள் விட்டெறிந்த அந்தப் பணம் அவனுக்கு வேண்டாம்.

இந்தக் கதையில் சுருக்கமாக தாயார் சந்நிதி, ரங்கவிலாசம், கருட மண்டபம், சேஷராயர் மண்டபம், வையாளி மண்டபம், தெற்கு வாசல் என்று ஸ்ரீரங்கம் கோயிலும், வழிபாட்டு முறையும், கோயில் ஊழியர்களும் அறிமுகமாவது பின்னர் வரும் கதைகளில் அதிகமாவதைக் கவனிக்கலாம்.

அடுத்த கதை ‘பத்தணா அய்யங்கார்’ என்ற பத்மநாப அய்யங்கார் வரும் ‘எதிர்வீடு’.

பள்ளிக்குச் சென்று இரா நாழிகை மூவேழு சென்றபின் வீடு திரும்பிக் கொண்டிருந்தேன் என்று நிஜமாகவே பிரபந்தம் (பெரியாழ்வார் திருமொழி) மணக்கிற நடையை இந்த ஆரம்பகாலக் கதையில் சோதனை செய்து பார்த்திருக்கிறார் சுஜாதா.

கதைசொல்லியும் அவர் தம்பியும் பதின்ம வயதுச் சிறுவர்களாக பத்தணா வீட்டில் இருந்து கிராமபோன் பெட்டியைக் கிளப்பிக்கொண்டு வருகிறார்கள். நண்பர்கள் கூட்டம் அதைச் சாவி கொடுத்துப் பாட வைக்கிறது. அதிகம் சாவி கொடுக்கப்பட்டதால் ஸ்ப்ரிங் தெறித்து மகாவிஷ்ணு சக்கராயுதம் போல இசைத்தட்டு சுழன்று நிற்கிறது. அதை எப்படியாவது பழுது பார்த்து, சத்தம் போடாமல் அய்யங்கார் வீட்டிலேயே திரும்பக் கொண்டு போய் வைக்க கதைசொல்லி செய்யும் பிரயத்தனங்கள் தான் கதை. எதிர்பாராத முடிவைக் கொண்ட இந்தக் கதை அவருடைய பல கதைகள் போல் பொருத்தமாக அதைக் கையாண்டு, எங்கே நிற்க வேண்டுமோ அங்கே கச்சிதமாக முடிகிறது. கதை முடிந்து அப்புறம் எழுதக்கூடாது என்ற சுஜாதா அறிவுரை அவர் கதையில் தான் முதலில் கடைப்பிடிக்கப்படுகிறது.

அடுத்து அவர் நீண்ட சிறுகதை அல்லது குறுநாவல் வடிவத்தை சிறப்பாக முயன்று பார்க்கிறார். வீட்டுக்கு அடுத்தாற்போல் புதியதாக ஒரு ஓட்டல் வர, வீட்டை விற்கச் சொல்லி நச்சரிக்கப்படும் உபத்திரவத்துக்கு உள்ளாகிற முதியவர் பற்றிய கதை, ‘விலை’. இந்த முதியவர் பின்னால் பல புனைவுகளும் விதம் விதமான மேற்பூச்சுமாக, ஒரு படைப்புக்கும் மற்ற ஒன்றுக்கும் வேறுபாடு துலங்க சுஜாதா கதைகளில் நிறைய வருகிறார். பூரணத்துக்காக சுஜாதா எழுதிய நாடகங்களில் இவரே பூரணம் வடிவில் முக்கிய கதாபாத்திரமும் ஆகிறார்.

மல்லிப்பூ ரங்கய்யங்கார் கூறுகிறார் -

“இது உங்களுக்குச் சொன்னாப் புரியாது. கோவிலுக்கு நாங்கள்ளாம் தலைமுறை தலைமுறையா கைங்கர்யம் பண்றவா. அதுக்காக ராமானுஜர் காலத்திலே இருந்து பாத்யதைகள் சிலது இருக்கு. கோயில் ஒழுகில் எழுதி வச்சிருக்குஞ். இந்த வீடு ரங்கநாதனுக்குப் பண்ற கைங்கர்யத்துக்கு அவர் கொடுக்கற கூலி. இதை வித்தா பெருமாள் என் கண்ணைப் புடுங்கிடுவார். வஸந்தோத்சவத்துக்கு பூ கொடுக்கற முறை என்னுது. இன்னிக்கும் புழக்கடையிலே மல்லிச்செடி இருக்கு”.

“சரி எத்தனை கொடுக்கணும்? எண்பதாயிரம்?”

ரங்கய்யங்கார் அவனை ஆச்சரியத்துடன் பார்த்து, “நான் இது வரைக்கும் சொன்னது உங்க காதுலே விழவே இல்லையா?” என்றார்.

தொடர்ந்து வருவது, சாகாவரம் பெற்ற, சுஜாதாவின் சிறுகதைகளில் வாசித்தே தீரவேண்டிய கதைகள் பட்டியல் போட்டால் அதில் இடம் பெறக் கூடிய, 'பேப்பரில் பெயர்' கதை. நகைச்சுவையும், நனவிடைத் தோய்தலும் சரி விகிதத்தில் கலந்து சுஜாதா நிகழ்த்திய மாயாஜாலம் இது.

ஸ்ரீரங்கம் பையன்கள் அணிக்கும் தஞ்சை அணிக்கும் நடைபெறும் கிரிக்கெட் மேட்சை முன்னணியில் உட்கார்ந்து சிரித்தபடி பார்க்கும் அனுபவம் முழுக்க வாசகருக்குக் கிடைக்கும் கதை இது. சுஜாதா அணி ஜெயித்து 'தி இந்து' பேப்பரில் ஒரு மூலையில் அது செய்தியாவதும், அந்த நாலு வரிக்குள், ரங்கராஜன் என்று ஆட்டக்காரரின் பெயர் வருவதும் வாசகர்களும் எழுந்து கைதட்ட வைக்கும் நிகழ்வுகள். இந்த முடிவை நோக்கி கதையை நகர்த்திப் போவதில் சுஜாதாவின் சாமர்த்தியம் தெரிகிறது. கிரிக்கெட் தெரியாதவர்களும் படித்து ரசிக்கக் கூடிய சிறுகதை இது.

கதையிலிருந்து ஒரு சின்னஞ்சிறு பகுதி -

இதுவரை நான் ஆடின கிரிக்கெட் எல்லாம் ஓரம் கட்டின கிரிக்கெட் தான். அதாவது பனிரெண்டாவது ஆசாமி, அல்லது ஸ்கோரர் என்று. ஒரு தடவை அம்பயராக இருந்தபோது, எங்கள் காலேஜ் கட்சி அதட்டிக் கேட்டார்களே என்று எல்பிடபிள்யுவுக்குக் கைதூக்கி விட்டேன். அந்த பாட்ஸ்மேன், "நீ வெளியே வருவே இல்லே?" என்று பேனா கத்தியைக் காட்டி முறைத்து விட்டுப் போனான். ஆட்டம் முடிந்ததும் என்னை நாலு பேர் கக்கூஸ் கதவு வழியாக அடைகாத்துக் கடத்திக்கொண்டு போகவேண்டிய நிலைமை ஏற்பட்டது.

அடுத்த கதை 'பெண் வேஷம்', *1950*-களில், ஸ்ரீரங்கத்தில் டிக்கெட் வைத்து பரிசுக் குலுக்கலில் பசுமாடு பரிசு அறிவித்து, ராஜா-ராணிக் கதை கொண்ட நாடகம் நடத்தியதைப் பற்றியது. இதிலும் நகைச்சுவை தான் பிரதானம். சுஜாதா என்ற கதைசொல்லி, அரசவையில் விசிறி வீசுகிற பெண் பாத்திரம் தரிக்க, பசுமாடு பரிசு யாருக்கென்று முன்கூட்டியே நிச்சயிக்கப்பட்டது வெளிவர, பாதி நாடகத்தில் கலவரம் என்று நிறுத்தாமல் சிரிக்க வைக்கும் இந்தக் கதையில் *1950*-களின் சிறு நகரப் பொழுது போக்குகளும், நாடகம் என்ற கலை வடிவம் அதன் பொற்காலத்துக்குப் பிந்தைய தோற்றத்தில் அபத்தமாகத் திரிந்ததும் சுவாரசியமாகச் சொல்லப்படுகின்றன.

கதைசொல்லி வலுக்கட்டாயமாக நாடகத்தில் நடிக்க வைக்கப்படுவது இப்படித்தான் -

"வீரசிம்மனுக்கு விசிர்றதுக்கு ஒரு சேடி வேணும்".

"சேடின்னா பொம்மனாட்டியா?"

"ஆமா, நீ இந்த பார்ட் மட்டும் பண்ணிடு"

"நான் வரலே. எனக்குத் தெரியாது. எனக்குப் பேச வராது"

"பேசற பார்ட் இல்லே. ராஜா பக்கத்துலே நின்னு விசிறணும்"

"விசிறாமலே ராஜா இருக்கக்கூடாதா?"

"கதைக்கு ஒத்துவராதே. அவன் சிற்றரசன் இல்லையே!"

கதாபாத்திரச் செறிவும், ஊர்க் கதையெல்லாம் பேசி நடுவே சன்னமாக கதை நடத்திப் போவதும் (ஊர் வனப்புக்கு நடுவே குண்டுனி ஊர் வம்பைச் செருகுதல்' என்று சுந்தர ராமசாமி ஜி.நாகராஜன் சிறுகதைத் தொகுதிக்கு முன்னுரையில் சொல்வது போல்) சிறப்பாகக் கையாளப்பட்ட கதை அடுத்து வரும் 'குண்டு ரமணி' சிறுகதை. ஆதரவற்ற, சித்தப் பிரமை கொண்ட ஒரு மத்திய வயதுப் பெண்ணின் அபூர்வமான வாழ்க்கையை குரல் உயர்த்தாமல் சொல்லிப் போகிறார் சுஜாதா.

இளம் வயதில் தாயாகி, பிறந்த குழந்தையைக் கொஞ்சும்போது கை நழுவ விட்டுப் பிள்ளையை இழந்த பரிதாபத்துக்குரியவள் ரமணி. யார் வீட்டு வாசல் திண்ணையிலாவது உரிமையோடு வந்து உட்கார்ந்து, 'அடை தோசை ஏதாவது இருந்தா கொடுங்கோளேன். நாக்கு நமநமங்கறது' என்று பசிக்கு உணவு கேட்கிறவளாக மனம் பேதலித்து அலைகிறாள். மத்தால் அவளை அடிக்க வந்த மாங்கொட்டை நாணு அய்யங்காரை, 'வாரும் கிருஷ்ணா, மத்தெடுத்துண்டு வரேள், வாரும்' என்று வரவேற்று மத்தை முறித்தெரிந்து விட்டு, அப்படியே அவரைத் தூக்கி ஒக்கலில் வைத்துக் கொண்டு நடந்து வாசலில் எறிகிறாள். கதை படிக்கும் நாம் அழுது கொண்டே சிரிக்கிறோம்.

"ரமணி, உன்னை ஒண்ணு கேக்கணுமே"

"கேளுங்கோ மாமி" என்று பாதி அழுகி இருந்த கொய்யாப்பழத்தைக் கடித்துக் கொண்டே சொன்னாள்.

"உன் குழந்தை என்னடி ஆச்சு?"

அவள் கடிப்பதை நிறுத்தாமல் "செத்துப் போச்சு மாமி" என்றாள். நிமிர்ந்து பார்த்துச் சிரித்தாள்.

"எப்படி செத்துப் போச்சு?"

"கீழே போட்டுட்டேன் மாமி"

அடுத்து ரமணி, நான் சற்றும் எதிர்பாராத வகையில் கையில் ஒரு கற்பனைக் குழந்தையைப் பார்த்துக் கொண்டே

'வட்ட நடுவே வளர்கின்ற மாணிக்க

மொட்டு நுனியில் முளைக்கின்ற முத்தேபோல்

சொட்டுச் சொட்டென்னத் துளிக்கத் துளிக்க என்

குட்டன் வந்தென்னைப் புறம்புல்குவான்

கோவிந்தன் என்னைப் புறம்புல்குவான்'

என்று மிக இனிய குரலில் கற்பனைக் குழந்தையை முதுகில் சாய்த்து ஆடிக்கொண்டே பாடினாள் அந்த ராட்சசி.

என்னைப் பார்த்துக் கண்களில் கண்ணாடி போல் ஜலம் திரையிடச் சிரித்தாள்.

பல வருடங்களுக்கு முன் பதவி ஓய்வு பெற்ற பள்ளிக்கூடக் கணக்கு வாத்தியார் - வயது 104 அல்லது கண்டிப்பாக 90க்கு மேல் - கொஞ்சம் கொஞ்சமாக உடல் தளர்ந்து ஆவி ஒடுங்குவது பற்றிய கதை அடுத்து வரும் 'வி.ஜி.ஆர்'. கதைசொல்லி சுஜாதாவும், குடும்பமும் வரும் கதை இது.

கதையிலிருந்து -

"யாரு?"

"வேம்பு, மாமா". இது உரக்க.

"எச்சுமி புள்ளையா?"

"ஆமா, மாமா".

“உங்கப்பா சௌக்கியமா இருக்கானா?”

“அப்பா போன கார்த்திகை மாசம் பரமபதிச்சுட்டார், மாமா”.

“ஏதோ சௌக்கியமா இருந்தா சரி. உங்கப்பா இருக்கானே, கணக்குலே ரொம்ப மக்கு. போய்ச் சொல்லு அவன்கிட்டே வி.ஜி.ஆர் சொன்னார்னு. ஆஸ் தியரம் ஒண்டிதான் தெரியும். அல்ஜீப்ரான்னா பேதி போறது. ரெயில்வேலே, பொன்மலைலேதானே ஹெட் க்ளார்க்கா இருக்கான்?”

“அப்பா போய்ட்டார் மாமா போன கார்த்திகைக்கு. வருஷாப்திகம் கூட வரப் போறது”.

“ஏதோ நல்லபடியா இருந்தா சரி. விசாரிச்சதா சொல்லு. என்ன?”

“செவிட்டெழவே, நீயே போய் விசாரிச்சுக்கயேன்” என்று வேம்பு முணுமுணுத்துக்கொண்டு விலகுவான்.

தமிழில் பூரம் என்றால் மெர்க்குரிக் க்ளோரைட் என்று சொல்லிக் கொடுத்த வேதியியல் ஆசிரியர் ராவிரா பற்றிய கதை அடுத்து வருவது. கதைப் பெயரும் ‘ராவிரா’ தான். அறிவு ஜீவி ராவிரா, எல்லை தாண்டிய அவர் மனைவி, அவளைப் பார்க்க வந்து போகும் தாஸ் என்று மிதமான, கதைசொல்லிச் சிறுவனின் பார்வையில் ஒரு மகத்தான சோகத்தை மறைமுகமாகச் சொல்வதில் முழு வெற்றி பெற்ற கதை இது.

கதையில், பதின்ம வயதுக் கதைசொல்லியின் கூற்றாக -

ராவிரா எங்கள் உள்ளூர் இண்ட்டெலெக்சுவல். ரங்கு கடைக்குத் தினம் புகையிலை போட்டுக்கொள்ள வருவார். கதர் ஜிப்பா போட்டுக்கொண்டு ஒல்லியோ ஒல்லியாக இருப்பார். பேசும்போது தொண்டைக் குண்டு நடமாடும். கையெல்லாம் பச்சை நரம்பு தெரியும். தொட்டுத் தொட்டுப் பேசுவார்.

அவரிடம் எனக்கு ஒரு வசீகரம் இருந்தது. அதே சமயம் அவர் மேல் காரணமில்லாமல் ஓர் இரக்கமும் ஏற்பட்டது. ஏதோ ஒரு வகையில், கண்களிலோ அல்லது சற்றே அயர்ந்த தோற்றத்திலோ அவர் ஒரு வகைப்பட்ட மானுடனின் அத்தனை சோகங்களையும் தாங்கிக் கொண்டிருப்பவர் போல, ஏதோ ஒரு வைஷ்ணவ ஏசு கிறிஸ்து போல் தோன்றினார்.

இதைத் தொடர்ந்து வரும் திண்ணா கதை, பயோபிக்ஷனுக்கு ஒரு நல்ல உதாரணம். இதில் நிறைய சரித்திரம். கொஞ்சம் போல் புனைவு. இல்லை நூறுமே சரித்திரம் தானா? திண்ணா என்ற வைணவச் சிறுவன் வறுமை காரணமாகப் பெற்றோரால் ஸ்ரீரங்கம் பாடசாலைக்குக் கொண்டு விடப்படுகிறான். மிகச் சிறு வயதிலேயே நேர்த்தியான பிரபந்தச் சொற்பொழிவாளனாகிறான் அவன். கதைசொல்லி சுஜாதாவின் பாட்டி, தாத்தா, குடும்பம் என்று வரலாறு சொல்லும் கதையில் திண்ணா இப்படி சிறப்பாக வந்து காணாமல் போகிறான். கமல்ஹாசன் படப்பிடிப்புக்கு சுஜாதா போகும்போது திரைப்படத் துறையில் மும்முரமான புகையிலை மெல்லும் இளைஞனாகத் திண்ணா தட்டுப்படுகிறான். திண்ணா வாழ்க்கையில் வென்றானா தோற்றானா என்ற முடிவை வாசகர்களுக்கே விட்டுவிடுகிறார் சுஜாதா.

கதைத் தொடக்கத்தில் கதைசொல்லி வார்த்தையாகச் சொல்கிறார் சுஜாதா -

உத்ரவாதமான சோறும் புதன்கிழமை எண்ணெய் சீயக்காயும், ஆறு மாதத்துக்கொரு முறை பத்தாறு வேஷ்டியும் தீபாவளிக்குப் பட்டாசும் கொடுத்தால், பிரபந்தம் என்ன, அரிஸ்டாடில் கூட கற்றுக்கொள்ளத் தயாராக நிறையவே குழந்தைகள் இருந்தார்கள். அப்படிச் சேர்ந்த பிள்ளைகளில் ஒருவன் தான் திருநாராயணன் என்ற திண்ணா.

குறுகிய காலத்தில் திண்ணா எல்லாரையும் கவர்ந்து விட்டான். அதிகாலை குளித்து விட்டுப் பளிச்சென்று நாமம் இட்டுக்கொண்டு, வீட்டுக்கு வருவான். "மாமி, சக்கரத்தாழ்வார் கோவிலுக்குப் போறேன். எண்ணெய் கொடுத்தா விளக்கேத்திட்டு வரேன்".

"வாடா திண்ணா, நேத்திக்கு அதிரசம் பண்ணியிருந்தது. திண்ணாக்குன்னு ஒண்ணு எடுத்து வெச்சிருந்தேன்". பாட்டி கொடுக்கும் தின்பண்டங்களை ஒரு விதமான நாசுக்குடன், ஏழ்மை தெரியாமல், போனால் போகிறது என்று வாங்கிக் கொள்வான்.

ஸ்ரீரங்கத்து மனிதர்கள் எல்லோருமே மறக்க முடியாதவர்கள் என்றாலும் குண்டுரமணியும், கே.வியும், வரதனும், விஞ்ஞானி துரைசுவாமியும் எப்போதும் மனதில் வந்து நிற்பவர்கள். அதிலும் விஞ்ஞானி துரைசுவாமி. 'ஏறக்குறைய ஜீனியஸ்'. அடுத்த கதை அதுதான்.

கதைசொல்லி சுஜாதாவுக்கு எகிறி எகிறி டைப் அடித்து அவருடைய புது கம்பெனியில் விற்பனை நிர்வாகி பதவி கொடுக்கிறார் விஞ்ஞானி துரைசாமி. ஊர் முழுக்க மெழுகுவர்த்தி கொள்முதல் செய்து உருகின மெழுகில் சேர்மானம் சேர்த்துக் கிண்டச் சொல்லி தலைவலி மருந்து தயாரித்து, விற்பனை நிர்வாகியை உள்ளூர் விற்பனைக்கு அனுப்புகிறார்.

கதையில் வருவது :

துரைசுவாமி அழுக்காக ஒரு தோல்பை கொடுத்தார். அதற்குப் பொருத்தமாக நான் டை கட்டிக்கொண்டு கீழவாசலை நோக்கிப் புறப்பட, தெருவில் கொல்லைப்பக்கம் போனவர்கள் எல்லாம் பாதியில் நிறுத்திவிட்டு, என்னை வேடிக்கை பார்க்க வாசலுக்கு வந்துவிட்டார்கள்.

சிரிப்பை அடக்க முடியாமல் படித்துப் போகிற கதைகளில் ஒன்று. இறுதியில் வரும் துயரமான முடிவு, மறக்க முடியாதவை பட்டியலில் எத்தனையாவதாகவோ இடம் பிடித்திருக்கும்.

எந்தத் தொகுப்பிலும், எந்த மொழிபெயர்ப்பிலும் இடம் பெறக்கூடிய இலக்கிய அந்தஸ்து படைத்த, சுஜாதாவின் மிகப் பிரபலமான 'பாம்பு' கதையும் ஸ்ரீரங்கம் கதைதான்.

சுஜாதாவின் தங்கை வத்சலாவைப் பார்க்க (சுஜாதாவுக்கு சகோதரிகள் கிடையாது என்பதால் அவர் அன்போடு படைத்த கதாபாத்திரம்), சிவராமன் சைக்கிளில் வந்து ஸ்டாண்ட் போட, சைக்கிளில் சுற்றி ஒரு பெரிய பாம்பு. பாம்பு பயத்தோடு சிவராமன், தங்கை வத்சலாவை வைது திட்டும் சுஜாதா, 'நல்ல பாம்பா? நல்லதை அடிக்க மாட்டேன். அடிச்சா சாந்திஹோமம் பண்ணனும்' என்று அபிப்பிராயம் சொல்கிற அடுத்த விட்டு பத்தணா அய்யங்கார், போதம் கெட்டு படு விருத்தராகி, கயிற்றுக் கட்டிலில் உட்கார்ந்து, 'பங்குனி ரதம் எப்போ வரும்?' என்று தினமும் தேர்த்திருவிழாவாகக் கற்பனை செய்து கேட்கும் தாத்தா என்று பலரும் உலா வரும் கதை இது. அந்தப் பாம்புக்குப் பயப்படாமல் குச்சியில் சுருள வைத்து வெளியே போடுவது, தங்கை வத்சலா தான்.

கதையில் இருந்து -

தாத்தாவைக் கட்டிலோடு தூக்கி அந்தப் பக்கம் வைத்து விடுவது என்று முடிவெடுத்தோம். திடீரென்று உயரமாகித் தானாகக் கட்டில் நகர்வதைத் தாத்தா கவனித்து, "நான் இன்னும் செத்துப் போகலைடா" என்றார். "பேசாமல் இங்கே உட்காரு தாத்தா" என்றான் கோவிந்தன், "பங்குனி ரதம் வந்ததா?" என்றார் அவர்.

பதின்ம வயதின் ஈர்ப்புகளையும், செயல்பாடுகளையும் மென்மையாகச் சொல்லும் ஸ்ரீரங்கத்துக் கதை 'சீனு'. தெருத் தெருவாக கிரிக்கெட் அணி வைத்து கார்க் பந்து கிரிக்கெட் பந்தயம் நடத்தி தோற்று வென்று பொழுது போக்கும் அவர்கள், வடக்குச் சித்திரை வீதியில் புதியதாக வந்த குடும்பத்து இளம் பெண்ணால் கவர்ந்திழுக்கப் படுகிறார்கள். அவளோ காதலித்துக் கொண்டிருக்கிறாள். அந்த இளைஞனோடு அவளுக்குத் தொடர்பு இருக்கக்கூடாது என்று தான் அவள் குடும்பம் ஸ்ரீரங்கத்துக்கு இடம் பெயர்ந்திருந்தது. ஆனாலும் அவன் எல்லோர் கண்ணிலும் மண்ணைத் தூவிவிட்டுத் தன் காதலியோடு ஓடிப் போகிறான். ஸ்ரீரங்கத்து இளைஞர்கள் தோற்றுப் போன காதல் பந்தயம் அது. இதுவும் நகைச்சுவை ஒரு இழை கலந்த சோகக் கதைதான்.'

ஸ்ரீரங்கத்து மனிதர்களுக்கு ஒரு பொதுத் தன்மை உண்டு என்கிறார் சுஜாதா ஒரு கதையில் -

ஸ்ரீரங்கத்தில் ஒவ்வொரு பண்டிகைக்கும் அக்காரவடிசலும், அதிரசமும், குஞ்சாலாடும் சாப்பிட்டே பலருக்கும் டயாபடிஸ்.

இதைத் தவிர இவர்களில் பலருக்கும் ரத்தத்தோடு கலந்த நகைச்சுவை உணர்ச்சி. ஸ்ரீரங்கம் கோவில் மேல் அபரிமிதமான ஈடுபாடு. திருவரங்கன் மேல் என்றும் மாறாத, குறையாத பக்தி.

ஸ்ரீரங்கத்தை விட்டுப் பிரிய மனமின்றி அமெரிக்கா போய், பிணமாக வந்து இறங்கும் சேச்சாவும், அம்மா இளைய மகனோடு அமெரிக்கா போக, ஸ்ரீரங்கத்து மண்ணையும் மனிதர்களையும் நேசித்துக் கொண்டு இங்கேயே இருந்து, இறந்த மாஞ்சுவும் ஒரே நாணயத்தின் இரு பக்கம் போல.

பத்தணா அய்யங்கார், உஞ்சவிருத்தி அய்யங்கார், யூக்லிட் கணித ஆசிரியர் வி.ஜி.ஆர் அய்யங்கார், மல்லிப்பூ ரங்கய்யங்கார், மாங்கொட்டை நாணு அய்யங்கார், ஃபுல்சூட் அய்யங்கார், டிரான்ஸிஸ்டர்

மாதிரி அளவில் சிறிய கிருஷ்ணய்யங்கார், வரதாச்சாரியார் என்று இருபதாம் நூற்றாண்டின் முதல் பகுதியில் வாழ்ந்திருந்த முந்தைய தலைமுறை வைணவர்கள் பேச்சு மொழியாலும், தென்கலை வைணவத்தைக் கடைப்பிடிப்பதாலும் மட்டும் ஒரு போல. இந்த பொதுமைக்கு மேல் தான் விதம்விதமான பாத்திரக் குணநலன்களோடு அவர்கள் சுஜாதாவால் உருவாக்கப்பட்டு, உலா வர அனுப்பப் படுகிறார்கள்.

ஸ்ரீரங்கத்துக் கதைகளுக்கு மெலிதான ஒரு பொதுத் தன்மை உண்டு.

பெரும்பாலான ஸ்ரீரங்கக் கதைகள் ஒரு கதாபாத்திரத்தை அறிமுகம் செய்து அவரை வைத்து ஒன்று அல்லது ஒரு சில சுவாரசியமான சம்பவங்களை நிகழ்த்தும். கதைசொல்லி பார்வையாளனாக அல்லது கதை நடத்திப் போகும் நிகழ்வில் பங்கு பெறுகிறவனாக இருப்பான். கதை அந்த நிகழ்வின் இறுதியில் நின்று இருபது முப்பது வருடம் இடைவெளி ஏற்பட்டு, கதாசொல்லியின் நிகழ்காலத்துக்கு வரும். பழைய நினைவுகளை அசைபோட்டுக் கொண்டு ஸ்ரீரங்கம் போகிற கதைசொல்லி வயதான அதே பாத்திரத்தை சந்திப்பான். அல்லது அவர் இறந்திருப்பார். நினைவுகளே மிச்சமாகத் திரும்புவான் கதைசொல்லி.

இந்த எளிய கதையமைப்பு அடித்தளமாக மேலே பலவிதமான நகாசு வேலைகளோடு நகர்பவை இந்த ஸ்ரீரங்கத்துக் கதைகள்.

'ஸ்ரீரங்கத்துக் கதைகள்' நூல் முன்னுரையில் சுஜாதா குறிப்பிடுவார்

ஸ்ரீரங்கம் என்பது ஒரு metaphor (உருவகம்) தான். இதைப் படிப்பவர் ஒவ்வொருவருக்கும் அவர்களுடைய ஸ்ரீரங்கம் உண்டு. இதில் உள்ள மனிதர்களின் பிரதிகள் அவர்கள் வாழ்விலும் இருப்பார்கள். அவர்களை நினைத்துப் பார்க்க வைப்பதே இக்கதைகளின் நோக்கம்.

சுஜாதா என்றதும் முதலில் நினைவு வருவது இந்தக் கதைகள் தாம்.

9 – வரலாற்றுப் புதினங்கள்

நான் இதுவரை இரண்டு சரித்திர நாவல்கள் எழுதியுள்ளேன் - ‘ரத்தம் ஒரே நிறம்’, ‘காந்தளூர் வசந்தகுமாரன் கதை’.

சுஜாதா இப்படி ‘ரத்தம் ஒரே நிறம்’ நூலுக்கு முன்னுரையில் குறிப்பிட்டிருப்பார். அவருடைய மற்ற இலக்கிய, அறிவியல் துறை சார்ந்த எழுத்துகளை விட ஆகக் குறைவான பங்களிப்பு இருந்த இரண்டில் ஒன்று வரலாற்றுப் புனைகதை. மற்றது கவிதை.

நீங்கள் ஏன் சரித்திரக் கதைகள் எழுதக்கூடாது என்று முன்னெப்போதோ, யாரோ கேட்க, சுஜாதா சொன்ன பதில் இது -

நான் மாணவனாக இருந்தபோது வரலாற்றுப் பாடத்தில் 40 சதவீத மார்க்குகள்தான் வாங்குவேன். அதனால்தான் நான் சரித்திர கதைகள் எழுதிட முயற்சி செய்வதில்லை.

இதைச் சொன்னபோது, அவரும் ஒருநாள் வரலாற்றுப் புதினம் எழுதுவார் என்று நினைத்துப் பார்த்திருக்க மாட்டார்.

தமிழில் சரித்திரக் கதை எழுதியவர்கள் குறைவு தான். கல்கி தன் எழுத்துகளால் பத்தாம் நூற்றாண்டு தமிழகத்தை, ராஜராஜ சோழன் காலத்தை அற்புதமாகச் சித்தரித்த பொன்னியின் செல்வன் மகா நாவல் ஆகும். அது, இன்றும் தமிழில் நல்ல வரலாற்றுப் புனைவுக்கு இலக்கணமாக, எடுத்துக்காட்டாகத் திகழ்கிறது. அவரைத் தொடர்ந்து விக்கிரமன், நா.பார்த்தசாரதி, சாண்டில்யன், கலைஞர் மு.கருணாநிதி, கோ.வி.மணிசேகரன், ஸ்ரீவேணுகோபாலன், பிரபஞ்சன், கௌதம நீலாம்பரன் என்று பெயர் சொல்ல ஒருவர் இருவர் ஒவ்வொரு பத்தாண்டுக்குமாகத் தொடர்ந்த இந்தப் பரம்பரையில் வலுவான ஒரு கண்ணியாக சுஜாதாவும் இருந்திருக்கிறார். ள1940, 1950, 1960-களின் தமிழ்ப் புனைகதை வாசகர்களில் பெரும்பாலோர் தொடர்கதைகளாக வெளியிடப்பட்டு பாகம் பாகமாக நீண்ட சரித்திரக் கதைகளை வாசிக்கவே, அவை வெளியான வாரப் பத்திரிகைகளுக்குச் சந்தா கட்டினார்கள். அந்த வாசக பரம்பரை இந்த நூற்றாண்டில் அருகி விட்டது தான். இது தமிழில் மட்டுமின்றி மற்ற தென்னிந்திய மொழிகளிலும் காணப்படும் வளர்சிதை மாற்றத்தின் அங்கமாகும்.

சுஜாதாவுக்கு தன் முன்னோடியான கல்கியோடு தொடங்கிய மூத்த தலைமுறை எழுத்தாளர்களிடம் மதிப்பும் மரியாதையும் இருந்தாலும், அதுவரை சரித்திரக் கதைக்கு வந்து சேர்ந்திருந்த பொதுத் தன்மையைத் தன் படைப்புகளில் தவிர்க்கத் தவறவில்லை தன் முதல் வரலாற்று நாவலான 'ரத்தம் ஒரே நிறம்' முன்னுரையில் இப்படிச் சொல்கிறார் -

சரித்திர நாவல் எழுதுவதற்குரிய சில எழுதப்படாத விதிகள் இருக்கின்றனவாம். சரித்திர நாவலில் சரித்திரம் மட்டுமில்லாமல் சில தீப்பந்தங்களும், உறையூர் ஒற்றர்களும் கட்டாயம் வேண்டும். கரிய கண்களுடைய அழகான ராஜகுமாரிகளை நீண்ட வாக்கியங்களில் வர்ணிக்க வேண்டும். அடிக்குறிப்புகள் தாராளம் வேண்டும். சோழனாக இருந்தால் நல்லது. பாண்டியன் பரவாயில்லை. குதிரைகள், தேர்கள், முத்துகள் இரைத்த வீதிகள், யவன வியாபாரிகள், யாழ் இன்ன பிறவும் வேண்டும்.

முதல் தேச விடுதலைப் போராட்டமான 1867-ஆம் ஆண்டு நிகழ்ந்த சிப்பாய்க் கலகத்தில் பங்கு கொண்ட ஒரு தமிழன் பற்றிய கதை என்று இந்த நாவலின் கதைக் கருவை சுருக்கமாகச் சொல்லி விடலாம். சரித்திர ஆவணங்கள் எதுவும், தமிழர்கள் அந்தப் போராட்டத்தில் கலந்து கொண்டதற்கான சான்று உரைக்கவில்லை என்பதால் இந்த கதைக்கரு முழுக்க சுஜாதாவின் கற்பனையே. அவருக்கு இருந்த ஒரே ஆதாரம், வட இந்தியாவில் நடந்த சிப்பாய்க் கலகத்தை அடக்க, மதராஸ் என்ற சென்னைப் பட்டணத்தில் இருந்து பெரும்பாலும் ஆங்கிலோ இந்தியர்கள் அடங்கிய ஒரு படை கர்னல் நீல் தலைமையில் வடக்கே போனது. அந்தப் படையில் சுஜாதா தன் கதாபாத்திரமான தமிழனை இடம்பெறச் செய்யாவிட்டாலும், அதைத் தொடர்ந்து கூடவே வடக்கே கான்பூருக்குப் போனவனாக முக்கியக் கதாபாத்திரத்தை உருவாக்க, 'ரத்தம் ஒரே நிறம்' பிறந்தது. அந்தப் பாத்திரம் கான்பூரில் வைத்துக் கலகத்தில் சேர்வது அடுத்து நடப்பது.

பட்டாளக்காரனான ஒரு வெள்ளைக்காரன் மேல் நியாயமான விரோதத்தையும், சொந்த வெறுப்பையும் திடமாக வைத்து, அவன் இடம் பெற்ற படைப்பிரிவின் பின்னால், அவனை நிழலெனத் தொடர்ந்து, பழிவாங்க கான்பூருக்குக் கலகத்தை நோக்கிப் போன தமிழன் கதை இது.

இந்த நாவலை சுஜாதா முதலில் 'கருப்பு சிவப்பு வெளுப்பு' என்ற தலைப்பில் பத்திரிகைத் தொடர்கதையாக எழுதத் தொடங்கினார். மூன்றே அத்தியாயங்கள் பிரசுரமான நிலையில், இதன் கதாபாத்திரங்களைப் பற்றி எதிர்ப்பு இருந்ததால் கதையை உடனே நிறுத்த வேண்டி வந்தது. ஆறு மாதம் சென்று சற்றே மாறுபட்ட கதையமைப்போடு எழுதப்பட்டதுதான் 'ரத்தம் ஒரே நிறம்'. இதுவும் அதே பத்திரிகையில் தொடர்கதையாக வெளிவந்தது.

இந்த நாவலின் கதைச் சுருக்கத்தை இப்படிச் சொல்லலாம் -

மக்கின்ஸி துரை முத்துக்குமரனோடு வீம்புக்குச் சண்டை இழுத்து அவனைக் கொல்லப் போகும்போது முத்துக்குமரனின் தந்தை அவனுடைய தாக்குதலில் உயிர் துறக்கிறார். தன் தந்தையைக் கொன்ற மக்கின்ஸியைக் கொலை செய்து பழி வாங்க, சென்னைப் பக்கம் ஆலப்பாக்கத்தில் இருந்து முத்துக்குமரன் சென்னை வருகிறான். வருடம் 1857. முதலாம் சுதந்திரப் போராட்டம் என்ற சிப்பாய்க் கலகம் நாட்டில், குறிப்பாக வட இந்தியாவில் வெடித்த நேரம். கூத்தாடிகள் கும்பலின் அறிமுகமும் நட்பும், அந்தக் கும்பல் - குடும்பத்தின் அழகான இளம் பெண்ணான பூஞ்சோலையின் காதலும் முத்துக்குமரனுக்குக் கிடைக்கிறது. சந்நியாசியான ஒரு பைராகியும் அவனுக்குப் பரிச்சயமாகிறான். மக்கின்ஸியைக் கொல்ல முத்துக்குமரன் எடுக்கும் முயற்சிகள் எல்லாம் வீணாக, வெள்ளைக்கார துரை தப்பி விடுகிறான். பிடிக்க வந்த ஆங்கிலேயர்கள் மற்றும் ஆங்கிலோ இந்திய ராணுவத்தினரிடமிருந்து ஒரு தடவை பூஞ்சோலையும், மற்றொரு சந்தர்ப்பத்தில், ஆஷ்லி என்ற, கருப்பர்களிடம் பரிவு காட்டும் நல்ல துரையும் முத்துக்குமரனைக் காப்பாற்றுகிறார்கள். மக்கின்ஸியைத் தொடர்ந்து வட இந்தியா போகும் முத்துக்குமரன் தன் முயற்சியில் வெல்லத் தன்னுயிரைத் தருவதும், இருவரின் ரத்தமும் ஒரு நிறமாகக் கலந்து இந்திய மண்ணில் வடிவதும், ரத்தம் ஒரே நிறம் நாவலில் முக்கியமான கதை இழை. சிப்பாய்க் கலகம் நாவலின் பெரும் பகுதிக்கு வலிமையான வரலாற்றுப் பின்னணியை அளிக்கிறது.

மைய இழையோடு பின்னிப் பிணைந்து போகும் நாவலின் இன்னொரு முக்கிய இழை மேலே குறிப்பிட்ட மக்கின்ஸி, ஆஷ்லி துரைகள், அவர்கள் பணி புரியும், சென்னைப் பகுதி ராணுவத்தின்

தலைவரான கர்னல் நீல் துரை இவர்களைப் பற்றியது. முரடன் மெக்கன்ஸியும் மென்மையான மனம் படைத்த ஆஷ்லியும் எமிலி என்ற அழகான இளம்பெண் துரைசானியின் காதலுக்குப் போட்டியிடுகிறார்கள். முரடன் மக்கின்ஸி எமிலியைக் கல்யாணம் செய்து கொள்கிறான். எமிலிக்குத் திருமணமானாலும், ஆஷ்லி அவள் மேல் கொண்ட காதல் மாறவில்லை. அவர்கள் காலப் போக்கில் என்ன ஆனார்கள் என்பது அந்த இழையாக விரியும் கதைப்போக்கு.. இந்த இரண்டு கதையிழைகளும் சந்தித்தும், விலகியும் கதையை நடத்திப் போகின்றன.

சிப்பாய்க் கலகச் சூழலில் உதவி கேட்டு தலைநகர் கல்கத்தா ஆங்கில ராணுவப் படைத் தலைவர் ஜெனெரல் வீலரிடம் இருந்து கர்னல் நீல் துரைக்கு வேண்டுகோள் வருகிறது. நீல் படை நடத்திப் போக, சென்னை ரெஜிமெண்ட் கல்கத்தா நோக்கிப் போகிறது. இந்த ராணுவப் பிரிவில் மக்கின்ஸி, ஆஷ்லே உண்டு. மெக்கன்ஸியின் மனைவி எமிலி இந்தப் பிரிவோடு பயணப்படுகிறாள். அதே காலகட்டத்தில், பைராகி உதவி செய்ய, முத்துக்குமரனும் அவனுக்கு விருப்பம் இல்லாவிட்டாலும் தனியாக அவன் காதலி பூஞ்சோலையும் வட இந்தியாவுக்குப் பயணமாகிறார்கள்.

இரண்டு கதை இழைகளும் காலம், கதை நிகழும் பரப்பு என்ற தளங்களில் ஒன்று கலக்கும் இடம் தான் *1857*-ஆம் ஆண்டு வெடித்த சிப்பாய்க் கலகம்.

சிப்பாய்க் கலகத்தைப் பற்றி சில வரலாற்று நூல்கள் மொண்ணையாகக் குறிப்பிடுவது இந்த ரகத்தில் இருக்கும் -

ஆங்கிலேய ராணுவம் பயன்படுத்திய துப்பாக்கிகளில் மசகாக பன்றிக் கொழுப்பை உபயோகிக்க ராணுவத்தில் இருந்த இந்திய இந்து, முஸ்லீம் வீரர்களைக் கட்டாயப்படுத்தியதால் சிப்பாய்க் கலகம் வெடித்தது.

அந்த மாபெரும் சரித்திர நிகழ்வு வெறும் பன்றிக் கொழுப்புக்குள் அடங்கிப் போனதில்லை என்பதை சுஜாதா நாவல் போகும்போக்கில் சொல்லிப் போகிறார். கொழுப்பு ஒரு படிமம் தான். ஆங்கிலேயர்களின் மனதில் உலகையே வெற்றி கொண்ட, 'சூரியன் அஸ்தமிக்காத பிரிட்டீஷ் சாம்ராஜ்யம்' பற்றிய மனக் கொழுப்பை, திமிரை எதிர்த்து ஒட்டு மொத்த

ராணுவமும் திரண்டெழுந்த நடவடிக்கை தான் அந்த சுதந்திரப் போராட்டம் என்று விளக்குவார் சுஜாதா.

கணவன் மறைவுக்குப் பின் மனைவியையும் அவன் பிணத்தோடு சேர்த்துக் கட்டி உயிரோடு எரிக்கும் கொடிய பழக்கம் இந்தக் கதை நடந்த காலத்தில் தடை செய்யப்பட்டிருந்தாலும் அங்கே இங்கே நடந்தபடி தான் இருந்தது. இதன் பயங்கரத்தை, ஆஷ்லியும் மக்கின்ஸியும் காண நேரும் ஒரு உடன்கட்டை நிகழ்வின் மூலம் தத்ரூபமாகச் சித்தரித்திருப்பார் சுஜாதா.

நூற்றுக் கணக்கான ஆங்கிலேயப் பெண்களையும், குழந்தைகளையும் சிறை பிடித்து சிப்பாய்கள் என்ற போர்வையில் சமூக விரோதிகள் கொன்று குவித்த கான்பூர் பீபிகர் படுகொலையும் அதன் கொடுமையான பின்விளைவுகளாக, பிரிட்டீஷ்காரர்கள் கையில் கிடைத்த அப்பாவி இந்தியர்களை சித்திரவதை செய்து சிறை வைத்த கொடூரமும் சுஜாதாவால் சார்பு நிலை கோடாமல் சித்தரிக்கப்படுகிறது இந்த நாவலில்.

நாவலில் சில நேர்த்தியான உரையாடல்கள் -

ஆஷ்லி முதல்முறையாக எமிலியிடம் பேசும்போது -

"உங்களைப் பற்றி அயாம்பிக் சந்தத்தில் நான் ஒரு கவிதைக் காவியம் எழுதி வைத்திருக்கிறேன். படித்துக் காட்ட விரும்புகிறேன். என் பெயர் ஆஷ்லி".

ஷேக்ஸ்பியர் சானட் என்ற வகைப் பாக்கள் எழுதக் கைகொண்ட யாப்பமைவு அயாம்பிக் பெண்டாமீட்டர். அயாம்பிக் விருத்தத்தை தமிழ் வாசகனுக்கும், ஆஷ்லியை எமிலிக்கும் அறிமுகப்படுத்தும் சொற்களிவை.

வெள்ளையர் சிறையிலிருந்து தப்பி வந்த முத்துக்குமரன் பூஞ்சோலையிடம் அவளைத் திருமணம் செய்துகொள்ள விருப்பம் தெரிவிக்கிறான். அவள் கேட்கிறாள் -

"சாமி உன்னைப் பழி வாங்கறதுக்கு காப்பாத்தியிருக்காரா? இல்லே கல்யாணம் கட்டிக்கிட்டு சுகமா இருக்கறதுக்கா?"

"கல்யாணம் கட்டிக்கிட்டு பழி வாங்கறதுக்கு".

கர்னல் நீலுக்கும் அவருக்குக் கீழ்ப்பட்ட ராணுவ அதிகாரி ஆஷ்லிக்கும் நடக்கும் உரையாடல் -

"ஆஷ்லி, உன்னைப் பற்றிச் சற்றுக் கவலையாக இருக்கிறது.. ஒரு ராணுவ அதிகாரிக்கு உரிய அழுத்தமும் கோபமும் உனக்குப் போதாது. கவிதை எழுதுகிறாயாமே?"

"ஓய்வு நேரங்களில்"

"கவிதை ஒரு காலவிரயமான பொழுதுபோக்கு"

ஆங்கிலேய ராணுவத்திலிருந்து வெளியேறி தில்லியை நோக்கி முன்னேறும் இந்தியப் புரட்சிப் படைகள் கான்பூர் நகரில் நுழைந்தபோது-

சர்ச்சுக்கு எதிரே வயதான ஒரு வெள்ளைக்காரரும் அவர் மனைவியும் தள்ளாடிக்கொண்டு தங்களால் முடிந்த வேகத்தில் சென்று கொண்டிருந்தபோது, இவர்கள் பார்த்து விட்டார்கள். உடனே நாற்பது குதிரைகள் அவர்களை நோக்கி விரைந்து சென்று சூழ்ந்து கொள்ள, 'தாத்தா எங்கே போகிறாய்?' என்று பொருள்படும்படி யாரோ கேட்க, அந்தப் பெரியவர், பழுத்த பழம்போல இருந்தவர் இவர்களைப் பார்த்து பொக்கையாகச் சிரித்து, 'எனக்கு வீலரின் பாதுகாப்புப் பகுதிக்குப் போக வேண்டும். மகனும் மருமகளும் அப்போதே சென்று விட்டார்கள். தயவு செய்து என்னை அழைத்துச் செல்கிறீர்களா?' என்று சொல்ல அவர்கள் சிரித்தனர்.

"தாத்தா, நாங்கள் உன்னைக் கொல்லட்டுமா?"

"என்ன? கொஞ்சம் இரைந்து பேசுங்கள்."

"உன்னைக் கொல்லப் போகிறோம். கொல்லப் போகிறோம்."

"என்னையா? எதற்கு? நான் என்ன செய்தேன்?" என்றார் தாத்தா.

அந்தச் சிரிப்பின் குறுக்கே ஒருத்தன் கத்தி வீச, முத்துக்குமரன் 'ஸ்ஸ்ஸ்' என்று பரிதாபப்பட, கிழவனாரின் ரத்தம் அவர் முகத்தைத் துடைத்துக் கொண்டபோது கையில் படிய, அவர் அவர்களை நிமிர்ந்து பார்த்து? ஞ் ஆம்! சிரித்தார். பக்கத்தில் இருந்த மனைவி ஊ என்று கூவி மயக்கமாக விழுவதற்கு முன்னமேயே சுத்தமாக அவள் தலை ஒரே வீச்சில் சீவப்பட்டது.

கான்பூர் கேம்பில், உதவிப்படை கல்கத்தாவிலிருந்து வருவதற்காக உயிரைக் கையில் பிடித்தபடி காத்திருந்த ஆங்கிலேயர்களின் உரையாடலில் இருந்து -

"கான்பூரில் என் வீட்டில் ஜெரேனியம் போட்டிருந்தேன். பூத்ததோ என்னமோ".

"இந்த இடம் பூரா ஜெரேனியம் பூக்கப் போகிறது. நாம் எல்லோரும் நல்ல உரமாகத்தான் போகிறோம்".

சுஜாதா எழுதிய இன்னொரு சரித்திர நாவல் காந்தளூர் வசந்தகுமாரன் கதை.

ஒரு வரியில் சொன்னால், இது ராஜராஜ சோழன் காலத்தில் நிகழும், வழக்கறிஞர் - புலனாய்வாளர்கள் (lawyer-detectives) கணேஷ், வசந்த் பங்கு பெறும், 'யார் செய்த குற்றம் இது' (whodunit) என்று புலன்விசாரணை நிகழும் துப்பறியும் கதை. அவசரமாக முடித்து வைக்கப்பட்ட கதை என்றும் பார்வைக்குத் தெரியும் இந்தக் கதையில் கணேஷ் கணேஷ பட்டர் என்ற சோழர் கால பிரம்மதேய அறிஞராகவும், வசந்த், வசந்தகுமாரன் என்ற சோழர் கால இளைஞனாகவும் வருகிறார்கள். இந்த நாவலின் முன்னுரையில் சுஜாதா தமிழ்ச் சரித்திரக் கதைகள் பற்றிச் சொல்வது சுவாரசியமானது -

தமிழில் சரித்திர நாவல்களுக்கு உண்டான சம்பிரதாயத்தை வகுத்தவர்கள் கல்கியும், சாண்டில்யனும். தற்போது எழுதப்படும் சரித்திர நாவல்கள் அனைத்தும் இவ்விருவர் பாணியில்தான் எழுதப்படுகின்றன. லேசான சரித்திர ஆதாரங்கள்; நிறைய சரடு; நீண்ட வாக்கியங்கள் - இவைகளின் உள்ளே ஒரு நவீனக் கதைதான் மறைந்திருக்கும். குஞ்சர மல்லர்கள், கத்திச் சண்டைகள், சல்லாத் துணித் திரைகளுக்குப் பின் கரிய கண்கள் கொண்ட பெண்கள் - இவைகள் எல்லாம் சரித்திர நாவலுக்கு உண்டான பார்முலாக்களாக இன்றும் இருக்கின்றன. காந்தளூர் வசந்தகுமாரன் கதையில் நீளமான வாக்கியங்கள் இல்லைதான்.

10 – அரசு இயல் புதினங்கள்

கல்கி எழுதிய தியாக பூமியும் அலை ஓசையும் தமிழில் முதல் அரசியல் நாவல்கள் என்று சொல்லலாம். தியாகபூமி 1938-லும், அலை ஓசை அதன்பின் பத்தாண்டுகள் கழித்து, 1948-லும் எழுதப்பட்டவை.

நாட்டு, உலக அரசியலில் ஏற்படும் பெருநிகழ்வுகளின் பாதிப்பில் சமூக, தனிமனித வாழ்வில் உண்டாகும் மாற்றங்கள் பற்றிச் சொல்பவை இரண்டு படைப்புகளும்.

காந்தியடிகளின் தலைமையில் இந்திய விடுதலைப் போராட்டம் உச்ச கட்டத்தில் இருந்த காலத்தில் எழுதப்பட்டது தியாகபூமி. நாட்டு விடுதலையோடு முடிவுக்கு வந்த அந்தப் போராட்டத்தின் வடுக்களும் சுவடுகளும் தேசிய பிரக்ஞையில் பசுமையாகப் பதிந்திருந்த அதற்கு மிக அண்மையான அடுத்த காலத்தில் எழுதப்பட்ட நாவல் அலை ஓசை.

சாதி ஒழிப்பு, தீண்டாமை எதிர்ப்பு, பெண்ணுரிமை, மத சகிப்புத்தன்மை என்று இந்திய சமூகத்தில் பெரிய மாற்றம் நிகழ்ந்து கொண்டிருந்த நேரத்தில் எழுதப்பட்டவை இவை. தியாக பூமி எழுதப்பட்டுக் கொண்டிருந்த போதே, திரைப்படமும் ஆன நாவல். தியாகபூமி சாவித்திரி என்ற பெண் கதாபாத்திரத்துக்கும், அலை ஓசை சீதா என்ற பாத்திரத்துக்கும் முக்கியத்துவம் கொடுக்கப்பட்டு எழுதப்பட்டவை. சுதந்திரப் போராட்டத்தில் நேரடியாக ஈடுபட்டிருந்த எழுத்தாளர் கல்கி அந்த மாபெரும் நிகழ்வில் பங்கு பெற்றவர் என்ற முறையில் தம் அரசியல் நாவல்களை அனுபவச் செறிவோடு உருவாக்கி வாசகர்களைத் தன் அலைவரிசையில் பயணப்பட வைத்தார்.

கல்கியின் அரசியல் நாவல்களான இவை வெளிவந்த அடுத்த இருபதாண்டு காலகட்டத்தில் பிற எழுத்தாளர்கள் எழுதிய சமூக நாவல்கள் நிறைய வெளிவந்தன. எனினும் அரசியல் பின்னணியில் கதை நிகழும் நாவல்கள் வரவு குறைவுதான். ர.சு.நல்லபெருமாளின் 'கல்லுக்குள் ஈரம்', மகாத்மா காந்தியின் மறைவைப் பின்னணியாகக் கொண்டு தேச விடுதலைக்கால அரசியல் சமூக நிலையைச் சித்தரித்தது.

சுஜாதாவின் முதல் அரசியல் நாவல், 1980-களில் அவர் எழுதிய 'பதவிக்காக'. இதன் கதைச் சுருக்கம் :

ஓர் இடைத் தேர்தலில் தொடங்கும் கதை இது. தன்ராஜ் என்னும் ராஜ்குமார், சுயேச்சையாக, ராஜ சின்னப்பனைத் தோற்கடித்து, சட்டமன்ற உறுப்பினர் ஆகிறான். அவருக்கு எல்லா விதத்திலும் நாகு என்ற அணுக்கத் தொண்டன் உதவுகிறான்.

ஆளுங்கட்சிக்குள் அதிருப்தியாளர்கள் குரல் உரக்க ஒலித்த காலகட்டம் என்பதால், சுயேச்சை உறுப்பினர் தன்ராஜை முதல்வர் ஆறுமுகம் தரப்பும், அதிருப்தியாளர்களின் தலைவராகிய அரங்கராவின் கோஷ்டியும் தத்தம் பக்கம் இழுக்க முற்படுகிறார்கள். தன்ராஜ் தன் ஆதரவை எதிர்த் தரப்புக்குத் தருகிறான். ஆட்சியை ஆட்டம் காண வைத்துக் கலைக்க தில்லி சலோ என்று தலைநகர் வரை சென்று பேச்சு வார்த்தைகளில் முக்கியப் பங்கெடுத்து அரங்கராவின் எதிர்த் தரப்புக்கு உதவுகிறான் அவன். வாக்கு வன்மையும் மெத்தப் படித்த கல்வியறிவுமுள்ளவன் தன்ராஜ் என்பதால் அரங்கரா அவனை சிக்கெனப் பிடித்துக் கொள்கிறார். அவரையும் மீறி தனராஜ் அரசியல் அரங்கில் எட்டும் உயரம், முதலமைச்சர் பதவி வரை. அவன் பிறகென்ன ஆனான் என்பது மீதிக் கதை. இது நாவலின் மைய இழை. ஆளுநர் வர்மா, திரைப்பட நடிகை போன்ற கனமான பாத்திரங்கள் இந்தக் கதைப்போக்குக்கு வலிமை சேர்க்கின்றன. முதல்வர் ஆறுமுகத்துக்கும், எதிர்த் தரப்பில் அரங்கராவுக்கும் இடையே ஏற்படும் அரசியல் மோதல்களும், அரசியல் சதுரங்கத்தில் காய் நகர்த்தலும் சுஜாதாவால் நேர்த்தியாகச் சித்தரிக்கப்படுகின்றன.

துணை இழையாக, அப்பாவி கோவிந்தராவ், அவனுடைய மனைவியும் தன்ராஜின் அன்புக்கு உரியவளுமான ஜமுனா இவர்களைப் பற்றி கதை நீட்சி கொள்கிறது. பிறன் மனை நோக்காத பேராண்மை இல்லாதவன் தன்ராஜ். கோவிந்த்ராவும் தட்டிக் கேட்காமல் தன் மனைவியையும் பாதை தவற அனுமதிக்கிறான். ஜமுனா வயிற்றில் வளரும் குழந்தை தன்ராஜுடையது என்பதை அவனும் மறுக்கவில்லை. தன்ராஜின் மனைவி திலகவதி இந்த இழையில் இன்னொரு முக்கியமான கதாபாத்திரம். ஜமுனா, அவள் குழந்தை என்ன ஆனார்கள் என்று இந்த இழை சித்தரித்துப் போகிறது.

தன்ராஜும் மனைவி திலகவதியும் உரையாடுகிறார்கள் :

“நிஜமா சொல்லுங்க. எம்.எல்.ஏ ஆகி என்ன கிழிக்கப் போறீங்க”

“இத பாரு. சும்மா சட்டசபை மெம்பராயி பேக் பெஞ்சில் உக்காந்துகிட்டு அப்பப்ப தூக்கத்திலிருந்து எழுப்பி விட்டாங்கன்னா ரெண்டு கேள்வி, ரெண்டு ஒத்திவைப்பு பிரேரணை, சாராய பர்மிட்டு, மேம்பாலம்னு கேட்டுக்கிட்டு இருக்கற வர்க்கம் இல்லே நானு!. நான் எங்கேயோ போகப் போறேன்”.

சட்டசபைக்குள் புதிதாகப் பதவி ஏற்க வந்த ஒரு எம்.எல்.ஏ அவையில் இருந்த இன்னொரு உறுப்பினருடன் பேசுகிறார் -

“இத வராரே தலைவர். போய்க் காலைத் தொட்டுக் கும்பிட்டுரு ஒரு தடவ”

“எதுக்குங்க?”

“என்னது? புதுசா பதவி ஏற்கப் போற, தர்மசேவை ஆயிருச்சா? அவரைப் போய் இன்னும் பார்க்கலே?”

“பதவி ஏத்துக்கிட்டப்புறம் பார்க்கலாம்னுட்டு..”

“சரிதான்! என்னப்பா தொன்று தொட்ட காலத்திலிருந்து வர்ற வழக்கத்தை எல்லாம் நிராகரிக்கிறியே! என்ன வயசு உனக்கு?”

சட்டசபையில் முதன்முதலாகச் சொற்பொழிவாற்றுகிறான் தன்ராஜ்:

“ராஜாஜி என்று ஒரு மூதறிஞர் இருந்தார். முன்னாள் முதல்வர், கவர்னர் ஜெனரல். அவரை நம்மில் பல பேருக்குத் தெரியாது. அவர் எழுதிய சிறை வாழ்க்கைக் குறிப்புகளை சமீபத்தில் படிக்க நேர்ந்தது. அதிலிருந்து ஒரு பகுதியைக் குறிப்பிட விரும்புகிறேன். “சுதந்திரம் நமக்குக் கொடுக்கப்பட்டவுடன் தேர்தல்களும் அவைகளில் ஊழல்களும் அநியாயமும் பணத்தின் செருக்கும் அதிகார வர்க்கத்தின் குறைபாடுகளும் தின வாழ்க்கையை நரகமாக்கப் போவது நிச்சயம். பழைய ஆட்சியின் திறமையையும் சுமாரான நியாயத்தையும் அமைதியான, ஏறக்குறைய நேர்மையான அரசாங்கத்தையும் மக்கள் திரும்ப நினைவு படுத்திக் கொள்வார்கள். ஒரே ஒரு லாபம், அடிமைத் தனத்திலிருந்து விடுதலை மட்டும்தான்”.

தனிமனித வாழ்வில் பொய்மையும், நேர்மையின்மையும், சூழ்ச்சித் திறமும் கொண்டவர்கள் அரசியலில் நுழைந்து கேடு வருத்துவதை

நாவல் சித்தரிக்கும். முழுக்க முழுக்க அரசியல் பின்னணியில் நிகழும் நாவல் பதவிக்காக. அப்படி இல்லாமல், நாவலின் கதைப் போக்கில் அரசியலும் பாதிக்கு அப்புறம் வந்து கலக்கும் சுஜாதாவின் நாவல் '24 ரூபாய் தீவு'.

சுஜாதாவின் மற்ற நாவல்கள் போல் வெகுஜனப் பத்திரிகையில் தொடர்கதையாக வந்து நல்ல வரவேற்பைப் பெற்ற நாவல் இது. திரைப்படமாகவும் எடுக்கப்பட்டு தோல்வி கண்டது. தமிழ்த் திரைப்படம் இல்லை. ஒண்டித்வனி (தனிக்குரல்) என்ற கன்னடப் படம்.

விஸ்வநாத் என்ற இளம் பத்திரிகையாளன். அம்மா, மூன்று இளைய சகோதரிகள் என்று இனிய வாழ்க்கை. திருமணம் ஆகவில்லை. யாரோ ஒரு பெண் பரபரப்பான செய்தி தருகிறேன், வா என்று தொலைபேசியில் அவனை அழைக்கிறாள். போகிறான். அவள் இறந்து போயிருக்கிறாள். போன இடத்தில் கிடைத்த ஒரு டயரியோடு டாக்சியில் திரும்பும்போது டைரியைப் புரட்ட, கவிதைகள். டாக்சியிலேயே டயரியைத் தவற விட்டுவிடுகிறான்.

அவனுடைய பத்திரிகையில் துணுக்குச் செய்தியில் இளம் பெண்ணின் மரணம் மற்றும் கவிதைகள் பற்றிக் குறிப்பிட கதைத் திருப்பம் நிகழ்கிறது. இறந்து போன பெண்ணின் தங்கை, தன்னுடைய கவிதைகள் அந்த டயரியில் இருந்தவை என்று உரிமை கோரும் ஒரு கவிஞன், பணம் தருவதாகச் சொல்லும் மத்திய வயசன், ரவுடிகள் என்று யார்யாரோ டயரியைக் கொடு என்று நச்சரிக்கிறார்கள்.

இதற்கிடையில் மாநில அரசு கவிழும் சூழ்நிலை. எதிரணியாளர்கள் முதலமைச்சரைப் பதவி விலக வைக்க, கோபிநாத் என்ற எதிரணித் தலைவருக்குக் கீழ் அணி திரள்கிறார்கள். அந்த கோபிநாத்துக்கும் இந்த டயரி வேண்டி இருக்கிறது என்று விஸ்வநாத்திடம் தொலைபேசுகிறார். அவனுக்கு போலீஸ் பாதுகாப்பு தர ஆவன செய்வதாக உறுதி தருகிறார். பிரச்சனை வலுக்க, முதல்வர் பதவி விலகி, கோபிநாத் முதலமைச்சராகிறார்.

இறந்து போன பெண்ணைப் பற்றி செய்தி பிரசுரிப்பதை அடுத்த நாளே இவன் பணிபுரியும் நாளிதழ் நிறுத்துகிறது விஸ்வநாத்துக்கு பத்திரிகையில் செய்தியாளர் வேலை இல்லாமல் ஆகிறது. அவன்

தங்கை பாலியல் வன்முறைக்கு உட்படுகிறாள். விஸ்வநாத் காரணம் குறிப்பிடாமல் கைது செய்யப்படுகிறான். டைரி எங்கே எங்கே என்று சகலரும் தேட, சூழ்நிலை அபத்தம் மன அழுத்தமாக விஸ்வநாத்தை பாதிக்கிறது.

அந்த டயரி விஸ்வநாதுக்குத் திரும்பக் கிடைக்கிறதா, அதில் என்ன இருந்தது, அவன் குடும்பம் என்ன ஆனது என்று நாவல் விறுவிறுப்பாக நகர்கிறது. எளிமையான, எங்கும் கண்ணில் தட்டுப்படும் பொதுஜனம் தான் விஸ்வநாத். கதை இறுதிவரை அப்படியே இருக்கிறான். கதாநாயகி என்று ஒரு பெண் பாத்திரம் வராத நாவல் இது. அவருடைய துப்பறியும் நாவல்களில் முக்கிய பாத்திரங்களில் வரும் கணேஷ், வசந்த் ஒரு நொடி வந்து போகும் கதைப் போக்கை ஊகிக்க சுஜாதாவின் மற்ற படைப்புகளைப் படித்திருந்தால் எளிது.

இந்தப் பின்னணியில் சுஜாதாவின் அரசியல் நாவல்களை மதிப்பிட வேண்டும். கல்கி போல், தன் காலத்து அரசியலைச் சித்தரிக்கிறார் சுஜாதா என்பது உண்மை. கல்கி தன் நாவல்களில் நாட்டை எதிர்நோக்கிய பிரச்சனைகளுக்குத் தீர்வாக காந்திய வழி சமுதாய அமைப்பையும், கிராமம் சார்ந்த அடிப்படைப் பொருளாதாரத்தையும் சொன்னார். சுஜாதா எந்தத் தீர்வும் தரவில்லை என்பது வியப்புக்குரியதில்லை.

இன்னும் சில ஆண்டுகள் இயங்கியிருந்தால் இன்னொரு கதையில் சுஜாதா சொல்லியிருப்பாரோ.

11 – திரைப்படத்துறை பற்றிய எழுத்து

திரைப்படத் துறையில் ஈர்ப்பு இல்லாத இந்தியர்களைக் காண்பது அரிது. முக்கியமாகத் தமிழ் சமுதாயத்தைத் தமிழ்த் திரைத்துறை வெகுவாக பாதித்திருக்கிறது. கருணாநிதி, எம்.ஜி.ஆர், ஜானகி எம்.ஜி.ஆர், ஜெயலலிதா என்று இந்தத் துறையிலிருந்து நான்கு முதலமைச்சர்கள் வந்திருக்கிறார்கள். அதிலும் மூன்று பேர் திரைத்துறை நட்சத்திரங்களாக, பிரபலமான நடிகர், நடிகையராக ஒளி வீசியவர்கள்.

எம்.கே.தியாகராஜ பாகவதர், பி.யூ.சின்னப்பா 1940-களில் பிரபல நட்சத்திரங்களாக ஒளிர்ந்தபோது இவர்கள் ஒவ்வொருவருக்கும் ஒரு ரசிகர் பட்டாளம் இருந்தது. அடுத்த தலைமுறையில் 1950-1960களில் எம்.ஜி.ஆர், சிவாஜி கணேசன் ரசிகர்களாக ஒரு பகுதி இளைஞர்கள் தங்களை அடையாளம் காட்டிக் கொண்டு ரசிகர் மன்றங்களைத் திறந்து, இந்நடிகர்களின் திரைப்படங்கள் வெளியாகும் போதும், வெற்றி பெற்றாலும், விழாவெடுத்துக் கொண்டாடினார்கள். இதன் நீட்சி, 1970-1980 களில் கமல் ஹாசன், ரஜினிகாந்த் காலத்தில் இவர்களுக்கான ரசிகர்கள் நற்பணி மன்றம், ரசிகர் மன்றம் அமைத்துச் செயல்பட்டது. 1990-களில் அஜித் குமார், விஜய் இந்த இருபெரும் நடிகர்கள் தலையாய நட்சத்திர அந்தஸ்துக்கு உயர்த்தப்பட்டார்கள். 2000-க்கு அப்புறம் தொலைக்காட்சி பாதிப்பில் இந்த ஆராதனை மனப்பான்மை சற்றே குறைந்து, கிரிக்கெட், கால்பந்து விளையாட்டு வீரர்கள், விளையாட்டுக் குழுக்கள் மேல் ஈடுபாடானது. ரசிகர் மன்ற அமைப்பு இல்லாமல் சமூக ஊடகங்கள் மூலம் இணையவெளியில் ரசனை மையங்கள் அமைக்கப்பட்டு இயங்குவதை இப்போது காண்கிறோம்.

தமிழ்த் திரைக்கும் தமிழ் இலக்கியத்துக்கும் ஒரு பிணைப்பு 1940-களிலிருந்து, சுமார் எண்பது வருட காலமாக உண்டு. தமிழ்க் கவிஞர் பாவேந்தர் பாரதிதாசன் சில படங்களுக்கு 1940-களில் வசனமும், பாடல்களும் எழுதியிருக்கிறார். பாரதிதாசனின் மாணவர் கவிஞர் சுரதா அவரைத் தொடர்ந்து, திரைப்படப் பாடல்கள் எழுதியிருக்கிறார். தமிழ்ச் சிறுகதை முன்னோடியான பி.எஸ்.ராமையா சினிமா கதை வசனம் எழுதியது மட்டுமல்லாமல், திரைப்படத் தயாரிப்பிலும் பங்கு பெற்று.

படச் சுருளை லண்டனுக்குக் கொண்டுபோய் எடிட் செய்து வந்திருக்கிறார். தமிழ்ச் சிறுகதை மூலவரான புதுமைப்பித்தன் திரைத்துறையில் வசனம் எழுதப்போய் உடல் நலம் குன்றி, கல்கத்தாவில் அதே நிலையில் உழைத்து கசப்பான அனுபவங்களோடு திரும்பி வந்திருக்கிறார். மீரா போன்ற திரைக்காவியங்களின் உருவாக்கத்தில் கல்கிக்கு பங்கு இருந்தது. அகிலன், விந்தன் கதைகள் திரைப்படமாக்கப்பட்டபோது அவர்களின் பங்களிப்பு திரைவடிவத்திலும் தொடர்ந்தது. ஜெயகாந்தன் தன் நாவல், சிறுகதைகளை தானே இயக்கி, சிறந்த படத்துக்கான விருது பெற்றிருக்கிறார்.

படப்பிடிப்பு ஸ்டூடியோவின் பத்திரிகைத் தொடர்புத் துறை அலுவலராக இருந்த தமிழில் முக்கியமான எழுத்தாளரான அசோகமித்திரன் அந்தத் துறையின் பின்னணியில் எழுதிய நவீனம், 'கரைந்த நிழல்கள்'. அவரைத் தொடர்ந்து சுஜாதா திரைத்துறையில் பரிச்சயம் ஏற்பட்டு அது குறித்து எழுதினார்.

பள்ளிச் சிறுவன் சுஜாதாவை சராசரி இந்தியச் சிறுவர்கள் போல் சினிமா அதன் புதுமையால் கவர்ந்தது. இருட்டான அறையில் முன்னால் இருத்திய வெண்திரையில் பளிச்சென்ற ஒளி விழ, புரஜக்டர் பரத்துகிற ஆடும், பாடும், பேசும், கத்திச் சண்டை போடும் மாய உருவங்களை அவரும் பள்ளிப் பருவத்தில் ஆர்வத்தோடு பார்த்துப் பழகியவர். சுஜாதா கதைசொல்லியாக வரும் 'என் முதல் சினிமா அனுபவம்' என்ற ஒரு ஸ்ரீரங்கத்துக் கதையில், அவரும் அவர் நண்பர்களும் சினிமா புரஜக்டரின் அடிப்படை அம்சங்கள் கொண்ட திரைப்படக் கருவியை வி.பி.பி மூலம் வரவழைத்து இரண்டடி படச் சுருளை ஓட விட்டு, எம்.வி.ராஜம்மா உயிர்பெற்று உதட்டை அசைத்ததைப் பார்த்து ஆனந்தப் பட்டதை எழுதியிருப்பார்.

சுஜாதா எழுத்துத் துறையில் பிரபலமான பிறகு திரைத்துறை நண்பர்கள் அவருக்கு ஏற்பட்டாலும், அவர் சினிமாத் துறைக்குப் போகவில்லை. 1970-களின் பின்பாதியில் அவர் தன் திரைத்துறை நண்பர்கள் மூலம் தென்னிந்திய திரைத்துறையை அருகில் இருந்து பார்த்து அனுபவப்பட காலமும் நேரமும் கனிந்தன. அதிகம் அருகிலும் போகாமல், அதிகம் விலகியும் நிற்காமல் வண்ணத் திரையில் குளிர் காய்ந்தபடி, தன் கதைகளைப் படமாக்க சுஜாதா சம்மதித்தது

அப்போதுதான். 1977-இல் வெளியான காயத்ரி, திரைப்படமான அவரது முதல் நாவல்.

1970-களில் தமக்கு ஏற்பட்ட திரைப்பட அனுபவங்களை அவருடைய நாவலான 'கனவுத் தொழிற்சாலை'யில் அதே காலகட்டத்தின் முடிவில், 1979-இல் பதிவு செய்தார் சுஜாதா.

சுஜாதாவின் சினிமா பற்றிய முதல் புதினம் கனவுத் தொழிற்சாலை. தமிழ்த் திரைப்படத்தின் இயங்கு விதிகளை அடிப்படையாகக் கொண்ட நாவல் இது.

மற்ற துறைகள் போல, திறமைக்கு மதிப்பு அளிக்கும், சிறப்பிக்கும் துறை தான் சினிமாவும். ஆனால், திறமை சில நேரமும் நல்லூழ் என்ற அதிர்ஷ்டம் வேறு சில நேரங்களிலும் வெற்றியைத் தீர்மானிக்கிறது அங்கே.

ஒரு விதத்தில் சினிமாவும் அரசியல் போலத்தான். நட்பும், விரோதமும் அங்கே நிரந்தரமில்லை. கனவுகளை விற்பதில் ஆசை உள்ளவர்கள் தினசரி புதிதாக வந்து சேர்வதும், விற்க முடியாதவர்கள் ஒதுங்கி, மறு விற்பனைக்கு நேரம் பார்த்துக் காத்திருப்பதுமாக சினிமா முன்னால் நகர்ந்து கொண்டிருக்கிறது.

எல்லா விதிகளும் விதி மீறல்களும் தீர்மானிக்கும் பாதையில் தொடர்ந்து இயங்கும் சினிமா, அரங்க நிர்மாணத் தொழிலாளர்கள், ஒப்பனையாளர்கள், ஐம்பது வயது லைட்பாய்கள், இதர மின் தொழிலாளர்கள், துணை நடிக, நடிகையர், குழு நடனக்காரர்கள், சண்டைக் காட்சிகளில் பங்கு பெறும் ஸ்டண்ட் அணி, குழுப் பாடகர்கள், இசைக்கருவியாளர்கள், ஒலிப்பதிவு தொழிலாளர்கள், ஒளிப்பதிவு தொழிலாளர்கள், உணவு வழங்கும் தொழிலாளர்கள் என்று ஆயிரக் கணக்கில் வெவ்வேறு பிரிவுகளைச் சார்ந்த தொழிலாளர்களின் ஒரே வாழ்வாதாரமாக இருக்கிறது.

கனவுத் தொழிற்சாலை நாவலை எழுதப் போகிறதாக அவர் அறிவித்ததுமே, அதைப் பிரசுரிக்க முன்வந்த பத்திரிகை, சுஜாதாவும் திரைப்படத் துறையாளர்களும் கலந்து கொண்ட சந்திப்புக்கு ஏற்பாடு செய்தது. தமிழில் முன்னணி இயக்குநராக இருந்த, காலம் சென்ற மகேந்திரன், விருது பெற்ற பன்மொழித் திரைப்பட நடிகை லட்சுமி

ஆகியோரோடு நீண்ட உரையாடல்கள் நடத்தி தன் திரைத்துறை அனுபவத்தைக் கூர் தீட்டிக்கொள்ள சுஜாதாவுக்கு அப்போது வாய்ப்புக் கிட்டியது.

திரைத் துறையின் பல பிரிவுகளிலிருந்து இந்த நாவலின் கதாபாத்திரங்கள் வருகிறார்கள். எல்லாருக்குமே வெற்றி பெறுவது லட்சியமாக இருக்கிறது, வெற்றி பெற ஒரு வெறி தொடக்கத்தில் அவர்களைக் கொண்டு செலுத்துகிறது. சினிமா ஒரு பிழைப்பு என்று ஆனதும், எதிர்நீச்சல் போடாமல், ஆற்றின் போக்கோடு நீந்திப் போவதே குறிக்கோளாகிறது பலருக்கும். ஒழுக்கம், பண்பு, நாகரிகம் பற்றிய விதிகளும் பழக்க வழக்கங்களும் வளைக்கப்பட்டும், தற்காலிகமாகத் திருத்தி எழுதப்பட்டும், அவரவர் உலகங்களில் கடைப்பிடிக்கப் படுகின்றன. வல்லான் வகுக்கும் வாய்க்கால்கள் எப்போதும் அதே கதியில் போகாமல் ஆற்றின் போக்கு அவ்வப்போது மாறுகிறது. வளமான கரைகளில் சிலரின் வாழ்க்கை கொண்டு சேர்க்கப்படுகிறது. மற்ற சிலர் சுழலில் சிக்குண்டு தடுமாறுகிறார்கள். நீச்சல் ஓய்ந்து ஆற்றின் போக்கிலிருந்து விலகி வெறும் மணல் திட்டில் ஒதுங்குகிறார்கள் இன்னும் சிலர். முகமும் ஆளுமையுமற்ற மானுடக் கடலில் கரைகிறார்கள் மற்றும் சிலபேர். இவர்கள் அனைவரையும் கனவுத் தொழிற்சாலையின் பக்கங்களில் காண்கிறோம்.

உத்தமர் கோவில் கிராமத்திலிருந்து வந்து தமிழில் முன்னணிக் கதாநாயகனாக, உலா வருகிறவன் அருண் என்ற விஜி. இந்தப் புகழும் பிரபலமும் நான்கு திரைப்படங்கள் தோல்வியைத் தழுவினால் போய்விடும் என்று சினிமாப் புகழ் நிலையாமையை உணர்ந்தவன் அவன்.

அருணின் நண்பனும், எல்லாச் சூழ்நிலைகளிலும் செய்ய வேண்டியதை எடுத்துச் சொல்லி, தவறைச் சுட்டிக்காட்டி, அருணுக்காக உழைக்கவே தான் கல்யாணம் கூட செய்து கொள்ளாது பாடுபடுகிறவன் பாஸ்கர். அதிகாலையில் அருணுடைய அன்றைய படப்பிடிப்பு, பயணம், ஒலிப்பதிவு என்று அவனை தயார்ப்படுத்தி அழைத்துச் செல்ல பாஸ்கர் ஓடி வருவதில் கதை தொடங்குகிறது.

அருண் படத்தில் கதாநாயகியாக வருபவள் பிரேமலதா. அவளுக்குப் பட வாய்ப்புகள் குறைந்துகொண்டு வரும் சூழ்நிலை. தன்

அம்மாவால் இயக்கப்படுகிறவள் அந்தப் பெண். பிரேமலதாவும் அருணும் திருமணம் செய்துகொள்கிறார்கள்.

இரண்டாவது கதாநாயகியாக நடிக்க வாய்ப்புத் தருகிறேன் என்று யாரோ வாக்குத்தர, அதற்காக தன்னையே இழந்து ஏமாற்றப்படுகிறாள் மனோன்மணி. சினிமாத்துறையின் விளிம்பில் இருந்து அந்த மாயச் சுழலுக்குள் வர கடுமையாக முயலும் இளம் பெண்களில் ஒருத்தி அவள்.

சினிமாப் பாட்டெழுதும் கவிஞனாக வெற்றி பெற பெங்களூரில் ஐந்து நட்சத்திர ஓட்டல் லிஃப்ட் ஆபரேட்டர் உத்தியோகத்தைத் துறந்து, கைக்குழந்தையையும் பறிகொடுத்து, சென்னைக்கு மனைவியோடு வந்து சேர்கிறான் அருமைராஜன். அங்கே எல்லாம் இழந்து பிச்சையெடுத்து, ஊருக்குத் திரும்ப முடிவு செய்யும்போது பாட்டெழுத வாய்ப்பு வருகிறது.

நவீன சினிமா பிரக்ஞையுள்ள, ஆனாலும் பிழைப்புக்காக வணிக சினிமாவில் குற்றேவல் செய்து பிழைக்கும் மாணிக்கம் வித்தியாசமான திரைப்படத்தை ஒருநாள் உருவாக்க திரைக்கதை எழுதுகிறான்.

கனவுகளோடு கனவுத் தொழிற்சாலைக்கு வருகிறவர்களைச் சுரண்டுவதையே தொழிலாகக் கொண்டவன் சுப்பு. இவன் பேச்சை நம்பி மனைவியின் கடைசி தங்க வளையல்களை விற்று சினிமாவில் பாட்டெழுத அச்சாரமாகப் பணம் தந்து ஏமாறுகிறான் அருமைராஜன்.

இன்னும், கடன் வாங்கி திரைப்படம் உருவாக்கும் தயாரிப்பாளர்கள், பிரபல நட்சத்திரங்களின் தேதி வாரியான நேரத்தை (கால்ஷீட்) வாங்கி வைத்துக்கொண்டு அதை அவசரமான மற்றத் தயாரிப்பாளர்களிடம் விற்றுக் காசு பார்க்கும் இடைத்தரகர்கள், தெலுங்கிலும் தமிழிலும் ஒரே படத்தை சேர்த்து இயக்கும் தெலுங்கு இயக்குநர்கள், இசையமைப்பாளர்கள் என்று திரைத் துறை விரிவாக அலசப்படுகிறது.

திரைத்துறையில் காணக்கிடைக்கும் எத்தனையோ பாத்திரங்களில் ஒன்று -

எல்.என்.பிக்சர்ஸ் லட்சுமணன் ஒரு அத்தர் வியாபாரி போலவும், சில சமயங்களில் பார்த்தால் ஒரு நாதசுர வித்வான் போலவும் இருந்தார்.

ஐந்தடி ரெண்டங்குலத்துக்கு குறுக்கே நிறைய சதை போட்டிருந்தார். ஒன்று சேர்ந்த புருவங்களின் கீழ் கண்களால் சிரித்தார்.

சுஜாதா கதை எழுதிய 1979ல் தமிழ்ச் சினிமாவின் தலைநகரான சென்னை கோடம்பாக்கத்தில் தட்டுப்பட்ட இன்னொரு பாத்திரம் :

ஞானசேகரனைப் பார்த்தவுடன் பத்திரிகைக்காரர் என்று சொல்லி விடலாம். கலர் சட்டை. 'காலர்' கிடையாது. அல்லது நீக்கப்பட்டுத் தைக்கப் பட்டது. கஷ்கத்தில் ஏராளமாக ஒரு பை. முகத்தில் அலட்சியமும், மூன்று நாட்கள் சவரம் செய்யாத நரைமுட்களும்.

உத்தமர்கோவில் கிராமத்தில் அருணின் பால்ய சிநேகிதன், அவன் தங்கையும் அருணால் விரும்பப்படுகிறவளுமான கல்யாணி, சதா சந்தேகப்படும் அவள் கணவன் பேங்க் ஊழியர் விஸ்வநாதன், ஹெயில் மேரி சொல்லிக் கணவனுக்காகக் காத்திருக்கும், கைக்குழந்தையை பறிகொடுத்த அருமைராஜனின் மனைவி மேரி, அருண் வீட்டில் வந்து அடைகிற உறவுக்காரர்கள், தணிக்கைக்குழு உறுப்பினர்கள், சிறு நகர சினிமா அரங்கு முதலாளிகள், இன்னும் தியாகராஜ பாகவதர் காலத்திலேயே இருக்கும் பெட்ரோல் பங்க் முதிய ஊழியர் என்று வாழ்க்கையின் அச்சு அசலான பிரதிபலிப்பான கதாபாத்திரங்கள் உலவும் நாவல் கனவுத் தொழிற்சாலை.

கையை ஊன்றி நடக்கும் கரடிக்கு ஏதாவது நடிக்க வாய்ப்பு கிடைக்குமா என்று விசாரிக்கும் கரடி வித்தைக்காரர் சட்டென்று மனதில் பதிகிறார். அசல் கரடிதான். "உள்ளுக்குள்ளே ஆளாய்யா?" "இல்லீங்க, நிஜக் கரடி". அசோகமித்திரனின் சிறுகதை 'புலிக் கலைஞன்' நினைவு வருகிறது.

பிரபல நடிகரின் கார் போக்குவரத்து நெரிசலில் ஊர்ந்து போக, உள்ளே கை விட்டு கன்னத்தைக் கிள்ளுகிற, 'ஒரு பாட்டு பாடு' என்று கேட்கிற, அழுக்கு பத்து ரூபாய் நோட்டில் கையெழுத்து போடச் சொல்லிக் கேட்கிற அபத்தமான சூழ்நிலை, அபத்தமான, ஆனாலும் நிஜமான ரசிகர்கள்.

சினிமா நட்சத்திரம் எதிர்கொள்ளும் விசித்திரமான சூழ்நிலைக்கு நல்ல உதாரணம் இது. பாதியில் வாக்கியம் நிற்கும் உரையாடல் நிகழ்வின் அவசரத்துக்கு இணை போகிறது :

“என் பேர் அருமைராசன். கவிதைகள் எழுதுவேன்..” லிப்ட் 3 2 1 என்று பள்ளிச்சிட்டுக் கொண்டிருக்க அருமைராசன் தனி யூனிஃபார்ம் கோட்டுக்குள் பொதிந்திருந்த ஒரு நாற்பது பக்கத்தை “உங்களுக்கு தமிழ்க் கவிதைகள்னா ரொம்ப இஷ்டம்னு திரைக் கதிர்லே போட்டிருந்தது..” எடுத்துப் பிரித்தான்.

“தூரத்தே கடலைப் பார்த்துத் துடிக்கின்ற எந்தன் மனதின் ஓரத்தே ஒருத்தி வந்து உலகமே எனது என்றாள்”.

“இத பாரு அருமைராசன்! ராத்திரி ஒரு மணிக்கு லிஃப்டில கவிதை படிச்சா எனக்கு ஒரு மாதிரி ஆய்டுது?” என்றான் அருண்.

மிகச் சில உரையாடல்களில் முக்கியமான காட்சிகள் கடந்து போகின்றன. உரையாடல் மயமான எழுபது - எண்பதுகளின் தமிழ்த் திரைப்படச் சூழலுக்கு முரண் இந்தச் சொல் இறுக்கம் நிறைந்த, காட்சி ரூபமாக விரியும் நிகழ்வு :

கீழே வரும்போது இரண்டு டெலிபோனும் ஓயாமல் அடித்துக் கொண்டிருக்க, அதைக் கவனியாமல் அருண் கடந்து சென்றான். போர்ட்டிகோவில் கார் காத்திருந்தது.

‘வணக்கம் தம்பி’ என்றார் லட்சுமணன். அருண் அவர் அந்த இடத்திலேயே இல்லை என்பதுபோல் நடந்து காரில் ஏறிக் கொள்ள, பாஸ்கர் முன் பக்கம் ஏறிக்கொள்ள, காரின் ஜன்னலில் கைவைத்து அந்த மனிதர், “தம்பி, பிப்ரவரியில் தான் டேட்ஸ் வேணும். கால்ஷீட் கூட அட்ஜெஸ்ட் பண்ணிக்கிடறேன். படத்துக்கு ஒத்துக்கிட்டு அமாவாசை பூஜைக்கு மட்டும் வந்துட்டாப் போதும்” என்றார்.

“கெட் லாஸ்ட்” என்றான் அருண். கார் விரைந்தது.

ரசிகர்களுக்கும் அவர்களுடைய இஷ்ட தெய்வமான சினிமா நடிகருக்கும் நடக்கும் அதிவேக உரையாடல் :

கார் வாசலைக் கடக்கும்போது அந்த ரசிகர்கள் திடீர் உயிர் பெற்று அதன் மேல் பாய்ந்தார்கள். ஜன்னலைப் பிடித்துக்கொண்டு கூடவே ஓடி வந்தார்கள்.

“என்ன தொரை! பேசாமலே போறியே”

"நீ கேக்கறப்பலாம் பேசறதுக்கு நான் என்ன டிரான்சிஸ்டராய்யா?"

"அவர்களைப் புழுதியில் விட்டு விட்டுக் கார் வேகம் பிடிக்க, மதுராந்தகத்துக்காரர் சட்டைப் பையைப் பொத்திக் கொண்டு கொஞ்ச தூரம் துரத்திப் பார்த்தார்.

சுருக்கமான காட்சி வர்ணனை இது :

ஏ.வி.எம் ஸ்டுடியோ ஒன்பது ஃப்ளோர்கள், எடிட்டிங், பாடல் பதிவு, ரீரிகார்டிங், டப்பிங், பார் புரொஜக்ஷன், மழை - புயல் எஃபக்ட், 38, ஆற்காடு ரோடு, சென்னை - 26.

கல்யாணி கதாபாத்திரத்தை அறிமுகப் படுத்துவது நறுக்கென்ற இந்தச் சிறு வர்ணனை மூலம்:

ஐந்து வருடங்களில் கல்யாணி மென்மையாக, அமைதியாக ஆர்ப்பாட்டமின்றி அழகாகியிருக்கிறாள். அந்த நாணத்தைத் திரையில் காட்ட ப்ரேமலதாவுக்கு நூறு டேக் வேண்டியிருக்கும்.

நிறையப் பிரபலமாகி, தனக்கேயென்று தன்னுடைய சொந்த நேரம், தனிமை என்று கிடைக்காமல் அவற்றுக்காக ஏங்கும் திரைப்பட முன்னணி நடிகன் அருண் கிராமத்துக்கு வந்து நண்பன் வீட்டில் தங்குகிறான். நண்பனின் தங்கையை அருணுக்குக் கல்யாணம் செய்து கொடுக்க அவர்கள் வீட்டில் விருப்பமில்லை என்று அறிந்து மன வருத்தத்தோடு திடீரென்று சென்னை புறப்படுகிறான். வழியில் காருக்கு பெட்ரோல் போட்டபோது தான், அவசரமாக, காரியதரிசியிடம் கூடச் சொல்லாம கிளம்பியதால், கையில் பணம் இல்லை என்று நினைவு வருகிறது. பெட்ரோல் பங்க் ஊழியரான முதியவரிடம் சகஜமாக தான் யார் என்று கூறுகிறான். அவருக்கு புதிய சினிமா பழக்கமில்லை. போன தலைமுறை தியாகராஜ பாகவதர், பி.யூ.சின்னப்பா சினிமா மட்டும் தெரிந்தவர். அருண் தற்கால முன்னணி நடிகன் என்று அவரால் நம்ப முடியவில்லை. அப்புறம் வந்து காசு தர அனுமதிக்க மாட்டேன் என்று மறுத்து விடுகிறார். தன்னை யாரென்று அறியாத அந்தச் சூழல் அருணுக்குப் பிடித்துப்போகிறது. அந்த பெட்ரோல் பங்கிலேயே, முதலாளி வந்ததும் அவரிடம் சொல்லி விட்டுப் பயணத்தைத் தொடர, சந்தோஷத்துடன் காத்திருக்கிறான் அவன். அந்தப் பெரியவரோடு மகிழ்ச்சியாக அரட்டை

அடிக்க இரவு ஊர்கிறது. வாழ்க்கையில் நல்ல தருணமாக அதைக் காண்கிறான் அருண்.

அருமைராஜனின் குழந்தைக்கு சர்ச்சில் பெயர் சூட்டுவது, அந்தக் குழந்தை காய்ச்சலால் இறந்துபட மரணச் சடங்கு என்று விவிலிய வார்த்தைகள் அடர்த்தியாகச் சூழ இரண்டு சம்பவங்களும் மனதைத் தொடும் வண்ணம் சுஜாதாவால் சித்தரிக்கப்படுகின்றன.

மிகச் சுமாரான சினிமாவைத் தயாரித்து அதில் அபத்தமான கதாநாயகனாக நடித்து, சினிமா உலகில் வீழ்ந்து கொண்டிருக்கும் விண்மீனான அருண் மாபெரும் தோல்வியைச் சந்திக்கத் தயாராக உள்ளான். அவன் கிராமத் தியேட்டரில் ஒரு பழைய அருண் படம் - சில ஆண்டுகள் முன் மாபெரும் வெற்றி பெற்றது - ஓடுகிறது. திரையரங்கு உடமையாளரிடம் அப்படத்தைத் தனக்கு மட்டும் ஒரு காட்சி ஓட்டச் சொல்கிறான். அவர் உடனே காசு வாங்காமல் சம்மதிக்கிறார். பழைய வெற்றிக் கணங்களை ஒளிபெற்ற திரையில் அசையும் பிம்பங்களோடு வாழ்ந்து வெளியே வர, காரியதரிசியின் செய்தி - 'புதுப்படம் திரையிட்ட எல்லா இடங்களிலும் மாபெரும் வெற்றி பெற்று சரித்திரம் சிருஷ்டித்துக் கொண்டிருக்கிறது'. அருண் என்ற மகாநடிகன் வீழ்ச்சியிலிருந்து மறு உயிர்ப்பு கொண்டு எழுந்து வருகிறான். இந்த சூழ்நிலை அபத்தத்தில் தன்னை மறந்து சிரிக்கிறான் அருண்.

சுஜாதாவின் திரைப்படத்துறை பற்றிய நாவலான கனவுத் தொழிற்சாலை இந்த அபத்தத்தை தத்ரூபமாகச் சித்தரித்து திரைக்குப் பின் இயங்கும் ஒளியும் நிழலுமான உலகத்தைக் காட்டுவதில் வெற்றி பெறுகிறது.

12-வரும் தலைமுறைக்கான விருது

சுஜாதா தன் படைப்புகளால் பெற்ற உச்சகட்டப் புகழ் 1960-களின் பிற்பகுதியிலிருந்து 1970-களின் பெரும் பகுதி வரை. பின் அதைக் கணிசமாகத் தக்க வைத்துக் கொண்டார். இதனிடையே, 1980-களில் உலகளவிலும், முக்கியமாக இந்தியாவிலும், அதிலும் குறிப்பாகத் தமிழ் கூறும் நல்லுலகத்தில், ஒரு தொழில்நுட்ப மறுமலர்ச்சி விரிந்து பரந்து பரவியது. கணினி மென்பொருள் உருவாக்கம் முக்கியமான தொழிலாக உருவெடுத்தது. 1980-களின் பிற்பகுதியில் இளைஞர்களும் இளம் பெண்களும் கணினியியல் அறிவுடைமையும் ஆங்கில மொழித் திறமையுமாக கணினி நிறுவனங்களில் நல்ல வருவாயீட்டும் பணிகளில் அமரத் தொடங்கினார்கள். கணினிமயமாக்கும் பணிகளுக்காக உலகம் முழுக்கப் பறந்து திரியலானார்கள். அதற்கு முந்திய தலைமுறைகளுக்குக் கிடைக்காத அனுபவங்கள் இவை. சுஜாதாவுக்குத் தன்னை 1990-களின் எழுத்தாளராக அடையாளம் காட்ட ஏதும் அவசியம் இல்லை என்றாலும் ஒரு பெரிய மாறுதல் நிகழும்போது அந்தக் காலத்தில் வாழும் படைப்பாளிகளுக்கும் உரிய, படைப்பு வெளியை விரிவாக்கி புது நிகழ்காலத்தை எழுத்தில் சித்தரிக்கும் கடமை அவருக்கும் இருந்தது. அவருடைய நாவல்கள் உலகமயமாவதையும், தமிழ்ச் சமுதாயத்தில் அதன் தாக்கத்தையும் பற்றிப் பேச ஆரம்பித்தது அப்போதுதான்.

இதோடு கூட, கணினியியலைத் தமிழ் வாசகர்களுக்கும் முக்கியமாக இளைஞர்களுக்கும் தமிழில் எளிமையும் சுவையுமாக எழுதவும் சுஜாதா ஆர்வம் காட்டினார். சிலிக்கன் சில்லுப் புரட்சி தொடங்கிய அவருடைய கணினி அறிமுக நூல்களைப் பற்றி ஏற்கனவே ஒரு அத்தியாயத்தில் பேசி இருக்கிறோம். அவர் அரசாங்கம் நியமிக்காத, ஊதியம் எதிர்பார்க்காத, தன்னார்வ கணினி நிபுணராக இளம் தலைமுறையை, முக்கியமாக கிராமம் சார்ந்த, சிறு நகர அடிப்படை கொண்ட பலப்பல இளைஞர்களை, ஊரெங்கும் கல்லூரி, பள்ளிகளில் கூட்டம் நடத்திச் சந்தித்தார். அவர்களைக் கணினித் துறையில் ஆர்வமும், அடிப்படைப் புரிதலும் கொள்ளவும், இத்துறையில் வாய்ப்புகளை அடையாளம் கண்டு எதிர்காலத்தைத் திட்டமிடவும் வைத்தார்.

இளைய சமுதாயத்தோடு உற்சாகமாகத் தன் படைப்பாற்றலை சுஜாதா பிணைத்துக் கொண்டதற்கு சான்று அவரின் 'பிரிவோம்

சந்திப்போம்' நாவல். இரண்டு பகுதிகளாக எழுதப்பட்டு வெளியான புதினம் இது.

நாவலின் ஆதாரமான கதாபாத்திரங்கள் நான்கு பேரும் இளைஞர்கள். வாழ்க்கையை அதன் சவால்களோடும் சந்தோஷங்களோடும் எதிர்கொண்டு எளிய சிறுநகர வாழ்க்கை மேற்கொண்ட ரகுபதி. அவன் காதலிக்கும், வயதுக்கேற்ற பகுப்பாய்வுத் திறனும் நல்லது கெட்டது தேர்வும் கைவராத குழந்தை மனப் பெண் மது. ரகுபதிக்கு முழுக்க எதிரான குணாதிசயங்கள் கொண்ட, இங்கே படித்துப் பட்டம் பெற்று அமெரிக்காவுக்கு நிரந்தரமாக வசிப்பிடம் மாற்றிக் கொண்ட ராதாகிருஷ்ண். எதையுமே அதிதீவிரமாக எதிர்கொள்ளும் இளைஞன் ரகுபதி. தீர்க்கமாக எதையும் அலசி ஆரயந்து முடிவெடுக்கும் ரத்னா இரண்டாம் பாகத்தில் அறிமுகமாகிறாள். மற்ற மூவரும் நாவல் தொடக்கத்திலேயே வந்து விடுகிறார்கள். நாவல் பாபநாசத்தில் தொடங்கி அமெரிக்காவில் முடிவடைகிறது. வெகுஜனப் பத்திரிகையில் தொடர்கதையாக வெளியாகி வாசகர்களின் மனம் கவர்ந்த நாவல் இது.

கதையை மிக எளியதாகச் சுருக்கினால் கிட்டுவது - உள்ளூர் இளைஞன் ரகுபதி, மது மேல் காதல் கொள்கிறான். அவளும் நேசம் காட்டுகிறாள். அமெரிக்காவில் இருந்து வந்த ஒரு வர்ணக் கோமாளி, ராதாகிஷண், காத்திருந்தவன் காதலியை நேற்று வந்தவன் கவர்ந்து போனானாம் என்றபடி, அமெரிக்கக் கனவுகளை அளித்து மயக்கிக் கல்யாணம் செய்து கொண்டு போக, அமெரிக்காவில் மதுவும் நிரந்தர வசிப்பைத் தொடங்குகிறாள். ரகுபதியின் காதல் தோல்வியில் நாவலின் முதல் பாகம் முடிகிறது. ரகுபதி தற்கொலைக்கு முயன்று அது கோழைத்தனத்தின் வெளிப்பாடு என்று உணர்ந்து, தானும் வாழ்வில் முன்னேறி ஒரு சாதனையாளனாக மதுவை சந்திக்க முடிவெடுக்கிறான்.

நாவலின் இரண்டாம் பகுதியில் எம்.பி.ஏ படிக்க ரகுபதி அமெரிக்கா செல்கிறான். மதுவைச் சந்திக்கிறான். அவளைக் கல்யாணம் செய்து கூட்டி வந்த ராதாகிஷண் அவளுடைய அழகுக்காகத்தான் அப்படி செய்திருக்கிறான். அவனுடைய புன்மையைப் பற்றி, பெண்ணாசை கொண்ட அவனால் ஈர்க்கப்பட்ட காதலிகள் பற்றி ரகுபதி அறிந்து கொண்டு மதுவுக்கும் எச்சரிக்கை தருகிறான். ரத்னா என்ற சிந்தனைத் தெளிவு கொண்ட இளம் பெண்ணை ரகுபதி சந்திக்க, மது மேல் வைத்த காதல் ரத்னா மேல் இடம் மாறச் சந்தர்ப்பம் ஏற்படுகிறது.

நான்கு கதாபாத்திரங்களும் அமெரிக்காவில் இயங்க நாவல் பரபரப்பாக முடிவை நோக்கி நகர்கிறது.

திருச்சி - ஸ்ரீரங்கத்தார் ஆன சுஜாதா இந்த நாவலில் வித்தியாசமாக தெற்கில் பேசும் நெல்லைத் தமிழுக்கு மாறுகிறார்

'என்னவோ, பாத்துக்கிட்டு நிக்கியளே போவட்டும்', 'ஏன் போட்டுத் தொண்டையைத் தீட்டுதே, டயம் இருக்கில்லே?, "என்னடே, ஒன்னை ஆசுத்திரிலே வெச்சுப் பாத்தனே" என்று ஒலிக்கும் அது.

ரகுபதியின் அப்பா, அடுத்த தலைமுறைக்கு நேசமும் நம்பிக்கையும் தரும் சுஜாதா அவதாரம்.

"களைச்சு இருக்கே ரகு"

"இண்டர்வ்யூ சரியா செய்யலைப்பா"

"பரவாயில்லே, அடுத்த முறை"

"எனக்கு பயமா இருக்கப்பா"

"என்ன பயம்?"

"வேலை கிடைக்காமலே இருந்திடப் போவுதோன்னு"

"அதுக்கும் நான் தயார்"

"நான் இல்லே" அழுத்தமாகச் சொன்னான்.

"சாப்பிடு முதல்லே"

இது, சில கோடுகளில் கார்ட்டூன் படம் உயிர் பெறுவதுபோல், சிறு உரையாடலில் அழுத்தமாக எழுதப்படும் நம்பிக்கையான அப்பா.

அவருடைய பரிவையும் பாசத்தையும் சுஜாதா சொல்லும் விதம் இது :

மகனைப் பார்த்துச் சிரித்தார். அந்தச் சிரிப்பில் அவர்கள் இருவருக்கும் இடையில் ஒரு சினேகிதம், ஒரு கம்யூனிகேஷன் இருந்தது. ரகுபதிக்கு மனசு லேசாகி விட்டது.

"மத்தியானம் தூங்கு. சாயங்காலம் வாக் போ. டென்னிஸ் போ" என்று அவனைப் பார்த்துக் கண் சிமிட்டினார்.

"இல்லப்பா நான் இப்பல்லாம்"

அந்தப் பரிவான தந்தை சொல்கிறதன் சாரம் -

"அநாவசியத்துக்குப் பொய் சொல்லாதே. என்னை அப்பான்னு பீடத்திலே வைக்காதே. என்னையும் உன் நண்பனா நடத்து"

கொஞ்சம் அதீதம் தான். ஆனாலும் அங்கங்கே இப்படியும் சில அப்பாக்களும் அவர்களோடு தலைமுறை இடைவெளி குறைந்த பிள்ளைகளும் உண்டுதான்.

ரகுபதி மது மீது காதல் வசப்பட்ட தருணத்தை ரத்தினச் சுருக்கமாக சுஜாதா சித்தரிப்பது தலைமுறைகளுக்கு இடையே பாலமாக நிற்கும் இப்படி -இளமையான மொழியில் :

ஒரு கணத்தில் அவன் ஸ்விட்ச் போட்டது போல மாறி இருந்தான்.இப்போது அவனுக்கு வேலைக் கவலைகள் எல்லாம் அகஸ்தியர் மலையைத் தாண்டிவிட்டன. வேலை கிடைத்து விடுமோ என்று புதிய கவலை ஏற்பட்டது. இந்தப் பெண்ணுக்காக ஏழு கடல் தாண்ட ஆயத்தமானான். மனசுக்குள் எத்தனையோ யுகச் சஞ்சாரங்கள் ஏற்பட்டன. உலகத்தில் உள்ள அத்தனை கவிதைகளுக்கும் அவசியம் ஏற்பட்டது. அவன் உடம்பில் உள்ள ஒவ்வொரு செல்லிலும் மதுமிதா வந்து சேர்ந்து கொண்டாள்.

வ.வே.சு.ஐயரின் முதல் தமிழ்ச் சிறுகதை குளத்தங்கரை அரசமரம், கவிஞர் மீராவின் செம்புலப் பெயல்நீர்' புதுக்கவிதை என்று ரகுபதி இலக்கிய அறிமுகத்தோடு மதுவைக் காதலிக்கிறான்.

திடீரென்று ஒரு மாறுதலுக்காக இப்படியும் எழுதுவார். ரகுபதியின் அப்பா காதலைப் பற்றிச் சொல்வது -

"கொஞ்சம் நிதானமா யோசிச்சுப் பார்த்தா உனக்குப் புரியும். நியூயார்க் ஸ்டேட் சைக்கியாட்ரிக் இன்ஸ்டிட்யூட்ங்கிறது கொலம்பியா ப்ரெஸ்பெடீரியன் மெடிக்கல் செண்டர்லே இருக்கு. அதில பயோகெமிக்கல் ரிஸர்ச் பண்ற டேவிட் ஷ்வார்ட்ஸ்ங்கறவர், காதல் வசப்பட்ட நூற்றுக்கணக்கான ஆண், பெண்களைப் பரிசோதனை செய்து, காதல்ங்கறது வேறே ஒண்ணும் இல்லை; நம்ம உடம்பில் ஏற்படற ஒரு விதமான ரசாயன மாறுதல்னு கண்டு பிடிச்சிருக்கார். காதலர்களுடைய யூரின் ஸாம்பிள் எடுத்துப் பார்த்தபோது, எல்லோருக்கும் விதி

விலக்கில்லாம ஃபினைல் எதில் அமின் ஜாஸ்தியா இருக்காம். அந்த வகையைச் சார்ந்தது இது. காதல்ல ஒருவிதமான மயக்கம். 'பாலும் கசந்து படுக்கை நொந்தது'. அதில் உள்ள யூஃபோரியா எல்லாமே ஆம்ஃபிட்டமின் தரக்கூடியது தான்!"

காதலில் அமிழ்ந்த ரகுபதியின் நிகழ்விலிருந்து ஓர் இழை, அவனுடைய கற்பனையிலிருந்து ஒன்று என்று எடுத்துப் பின்னி சுஜாதா தரும் உரைநடைக்கு ஓர் உதாரணம் -

மோட்டார் படகு மௌனத்தை அநியாயமாகச் சீறிக்கொண்டு செல்ல தண்ணீர் திவலைகள் இடக்கையால் அலசிக் கொண்டே எதிரே உட்கார்ந்திருந்த மதுமிதாவை வெள்ளத்தில் நீந்திக் காப்பாற்றினான். எதிரே பச்சை இருட்டில் கானகம் தெரிய மதுமிதாவைப் புலியினின்றும் காப்பாற்றினான். மோட்டார் மீசைக்காரன் பவ்யமாக நின்று கொண்டே ரட்டர் செலுத்த, அவன் ஒரு கணம் நின்று மதுமிதாவின் கையைப் பிடித்து இழுக்க, ரகுபதி பாய்ந்து அவன் தாடையில் ஒரு ட்ஷ்யூம் கொடுத்து வெள்ளத்தில் கவிந்து காப்பாற்றினான்.

இளைய தலைமுறைக் காதலைச் சொல்லும் கதையில் எதிர்பார்க்காமல் நுழைந்து ரகுபதியோடு அஞ்சல் அலுவலகத்துக்கு நடக்கிறார் ஒரு தமிழாசிரியர். அவர் சொல்கிறார் -

"நற்றிணையில் ஒரு பாடல் இருக்குங்க. காதல்னா அதாங்க காதல்.. மடலேறல், விடைதழுவுதல், குற்றிசை, குறுங்கலி, சுரநடை, முதுபால்னு.. பாருங்க .. சின்ன வயசில புன்னைக் காயை மண்ணில் ஒளிச்சுவெக்கிற வெளையாட்டு வெளையாடியிருக்கிறது அந்தப் பொண்ணு. மறந்து போய் வச்சிட்ட காய் தன்னிச்சையா வளர்ந்து செடியாயிருச்சு. அதுக்கு இந்தப் பொண்ணு பாலெல்லாம் ஊத்தி அன்பா வளக்குது. செடியும் இவளோட வளர்ந்து மரமாயிடுச்சு. இந்த மரத்தடியிலே காதலன்கூட வெளையாட வருது அந்தப் பொண்ணு. இந்தச் செடி என்கூட வளர்ந்தது. எனக்கு அக்கா மாதிரி. அதுனாலே இதனடியிலே உன்னைத் தழுவறதுக்கு எனக்கு வெக்கமா இருக்குதுன்னு சொல்லுது".

1980-களின் இளைஞனுக்கு அறிவியலோடு நற்றிணைக் காதலும் உறுத்தாமல் கதையிலும் கட்டுரையிலும் அளிக்கத் தெரிந்தவர் சுஜாதா.

வெளிநாட்டில் வசிக்கும் என்.ஆர்.ஐ இந்தியன் ராதாகிஷன் அறிமுகத்தில் அயல் மணம் தூக்கலாக வர சுஜாதா எழுதுகிறார்.

அவனுக்கு வயசு சரியாகச் சொல்ல முடியவில்லை. தலை கலைந்து ரொம்ப ஃபாரினாக இருந்தான். இந்தியாவில் சந்தித்திராத சட்டை பாண்ட் அணிந்திருந்தான். சட்டையில் அனாவசிய பட்டன்கள் இருந்தன. பாண்டில் வேண்டுமென்றே ஒட்டுப் போட்டிருந்தது. போலராண்ட் கண்ணாடி அணிந்திருந்தான்.

இந்த மேலை நாகரிகச் சின்னங்கள் இங்கே இறக்குமதி ஆகத் தொடங்கிய காலத்தை அப்படியே சித்தரிக்கிறார் அவர்.

கம்ப்யூட்டர் தேர்ச்சி பெற்று அமெரிக்கா போய் வேலையில் அமர்ந்தவன் உள்ளூர் மாப்பிள்ளையை விட நல்ல சம்பந்தம் என்று மூத்த தலைமுறை எண்ணத் தொடங்கிய காலம். மதுமிதாவின் தகப்பனார் சொல்கிறார்

"புதுசா வந்திருக்கானே இந்த ராதாகிருஷ்ணன்... அமெரிக்காவில் வேலை செய்றான். அங்கே எவ்வளவோ டெம்ப்டேஷன் இருந்தும் இந்தியாவில் நம்ம பக்கத்துப் பெண்ணைத்தான் கல்யாணம் செய்துப்பேன்னு இங்க வந்திருக்கான். எத்தனை சம்பாதிக்கறான் தெரியுமோ? வருஷத்துக்கு சுமார் அறுபதாயிரம் டாலர். ரெண்டு கார் இருக்கு. வீடு வாங்கியிருக்கான். கம்ப்யூட்டர் ஃபீல்ட்லே ஒரு மல்ட்டி நேஷனல் கம்பெனியிலே டாப் இஞ்சினியரா இருக்கான். எதிர்காலம் ரொம்ப பிரகாசமா இருக்கு.."

நாவலின் முதல் பாகம் இந்தியாவில் நடக்கிறது. சிறிது காலம் இடைவெளி விட்டு எழுதப்பட்ட இரண்டாம் பாகம் முழுக்க அமெரிக்காவில் நிகழ்கிறது. கம்ப்யூட்டர் யுகம், இரண்டு தலைமுறையாக அமெரிக்காவில் வாழும் அமெரிக்க இந்தியர்கள், கலாச்சார இசைவு, இசைவின்மை, அமெரிக்க வாழ்க்கை, வாழ்க்கைத் தரம், கல்வி, தொழில் வாய்ப்பு என்று பல அம்சங்களையும் சுஜாதா இந்தப் பகுதியில் விரிவாகச் சித்தரிக்கிறார். இது தமிழில் எழுதப்பட்ட முதல் அமெரிக்க இந்திய நாவல் எனச் சொல்லலாம்.

இரண்டாம் பாகத்தின் முதல் அத்தியாயத்திலேயே ப்ரெயின் ட்ரெயின் என்ற உலக மயமாகுதல் சார்ந்த 'வெளிநாடு தேடி ஓடும் திறமை' பிரச்சனையைச் சொல்கிறார் சுஜாதா.

மீனம்பாக்கம் விமான நிலையத்தில் ரகுபதியும், அவனை வழியனுப்ப வந்த அப்பாவும் பேசிக் கொள்கிறார்கள்

"ரகு, நீ அமெரிக்காவுக்கு எதுக்குப் போறே தெரியுமா?"

"படிக்கறதுக்கு"

"அதுக்கு மட்டுமில்லை. படிச்சுட்டுத் திரும்பி வர்றதுக்கு. அது தான் எனக்கு முக்கியம். திரும்பி வர்றது."

"ஏம்பா, திரும்பி வராம எங்கே போயிடுவேன்?"

"அமெரிக்கா மாயதேசம். பெற்ற தகப்பனைக் கூட மறக்க அடிச்சுடும்"

"நான் அப்படிப் பட்டவன் இல்லேப்பா. அமெரிக்காவிலேயே இருந்துடுவேன்னு கவலைப் படறீங்களா? எப்படிப்பா சாத்தியம்? ஸ்டூடண்ட் விசாவிலே போறேன். கோர்ஸ் முடிஞ்சதும் அவங்களே துரத்திடுவாங்க"

"இல்லை ரகு. அங்கே போயிட்டா, அந்த தேசத்திலே ஒட்டிக்கறதுக்கு பல வழிகள் இருக்குது"

வாழ்க்கையில் முதல் தடவையாக விமானப் பயணமாக அயல்நாட்டில் அடி எடுத்து வைக்கிறான் ரகுபதி. அவன் நிஜத்தில் அப்படியான பல இளைஞர்களின் பிரதிநிதி. இன்றும் கூடத்தான்.

விமானம் தரை தொட்டபோது சற்றே சிணுங்கியது. விமான நிலையம் ஆம்பர் வெள்ளத்தில் நனைந்திருக்க, மண்டை மேல் பளிச் பளிச் வண்டிகள் அலைய, விமானம் ரதம்போல மெல்ல நகர்ந்து கான்க்ரீட் சிக்கலை நாட, அதன் வாசலை ஓர் இயந்திரக் கை வந்து அணைத்துக் கொள்ள, தோளில் 'பாவநாசம் ஏவி ஸ்டோர்ஸ்' பை, உடல் முழுதும் பாஸ்போர்ட், டிக்கெட் போன்ற உபரிக் காகிதங்கள், வயிற்றில் தழை தின்ற பசி, ஒரு நாள் சவரம் துறந்த முகம், களைப்பு, ஆயாசம், கொஞ்சம் பயம், கவலை என்று கதம்பமாக விமானத்தை விட்டு வெளி நடந்தான்.

வந்து சேர்ந்ததும், முதல் பார்வையில் பரிச்சயமாகிற அமெரிக்கா இது. இதை எழுதி முப்பது வருடமானாலும் இன்னும் இந்தக்

காட்சிகளோடு தான் அமெரிக்கா அங்கே புதிதாகப் போகிறவர்களுக்குத் தென்படுகிறது :

தள்ளு வண்டியில் கோலிகுண்டுக் கண் பாப்பாக்கள், பனியனில் 'ஐ லவ் நியூயார்க்', தீப்பிடித்தாற்போலத் தலை மயிர் வைத்துக் கொண்டு ஊசிமுனைக் காலணிகளில் நடக்கும் வெள்ளைக்காரி, தலை முழுவதும் திரிதிரியாகப் பின்னிக் கொண்டு, ரத்தச் சிவப்பில் லிப்ஸ்டிக் அணிந்து கொண்டு ஆண் பிள்ளை கோட்டும் பாண்டும், அணிந்து கொண்டு, கொசகொச என்ற நாயுடன் நடக்கும் கறுப்பர் இனப் பெண்மணி, உலகத்திலுள்ள அத்தனை கலரிலும் ஜனங்கள்.

ரகுபதியைக் கூட்டிப் போக விமான நிலையம் வந்திருக்கும் அப்பாவின் சிநேகிதருடைய என்.ஆர்.ஐ பிரதாபம் பொதுவானது :

"உங்கப்பா கூட ஓர்க் பண்ணியிருக்கேன். நானும் உங்கப்பாவைப் போல அந்தப் ப்ராஜக்ட்லே வந்து சேர்ந்தவன் தான். அங்கேயே இருந்திருந்தேன்னா இந்நேரம் ஜூனியர் இஞ்ஜினியர் ஆகியிருப்பனா? எத்தனை சம்பளம்? எழுநூறா?" என்று சிரித்தார். :இங்க டெலிபோனுக்கே எனக்கு சில மாதங்களில் எழுநூறு டாலர் ஆகும்"

புதிதாக வந்த இளைஞனுக்கு ஏற்கனவே வந்து இங்கே நிலைத்தவரின் நம்பிக்கை ஊட்டுதலும் நிலைமைச் சித்தரிப்பும் :

"எக்ஸ்ப்ரஸ்வே, த்ருவே, பார்க் அவே .. கொஞ்சம் நாள்லே எல்லாம் பழகிடும். நீயே கார் ஓட்டலாம். நம்மூர் மாமிங்கல்லாம் ஓட்றாங்க.."

"நம்மூர்க்காரங்க நிறையப் பேர் இருக்காங்களா ஸார்?"

"நிறைய குஜராத்திங்க.. ஸர்தார்தான் ஜாஸ்தி"

"தமிழங்க?"

"இருக்காங்க. எப்பவும் போல மூணு தமிழ்ச் சங்கம் அமைச்சுகிட்டு பிள்ளையார் கோயில், பாரதி, சேஷகோபாலன் கச்சேரி, வீடியோவிலே பாக்யராஜ் படம்னு பார்த்துக்கிட்டு சௌக்கியமா சண்டை போட்டுக்கிட்டு இருக்காங்க"

அந்த அப்பாவின் சிநேகிதர் மோகன்ராஜ், ரகுபதியோடு நடத்தும் உரையாடல் எத்தனை எத்தனையோ என்.ஆர்.ஐகள் அன்றாடம் இன்னும்

பேசுவது. கேட்பது. சுஜாதா கறுப்பு வெள்ளைப் படமாக 1980-களில் எடுத்து வைத்த சொற்சித்திரம் இன்னும் பல வருடம் அழியாது அப்படியே இருக்கும்.

"எம்.பி.ஏ படிச்சதும் என்ன செய்யறதா உத்தேசம்?"

"திரும்பிப் போயிட வேண்டியதுதான் ஸார்"

"சரிதான் .. அங்கே இதுக்கேத்த வேலை கிடைக்குமாப்பா? இங்கேயே இருந்திடு. திஸ் இஸ் எ லாண்ட் ஆஃப் ஆப்பர்சூனிட்டீஸ்.."

"எங்கப்பா ஸ்ட்ரிக்டா சொல்லியிருக்கார் ஸார். முடிஞ்ச கையோட திரும்பி வரணும்னு"

"திரும்பிப் போகமாட்டே. இங்க இரண்டு வருஷம் இருந்துட்டா திரும்பிப் போகமாட்டே. இப்ப என் கேஸையே எடுத்துக்க. ஒவ்வொரு வருஷமும் திரும்பிப் போகணும்னுதான் பனிரெண்டு வருஷமா இருக்கேன். இன்னும் போகலியே! இந்த தேசம் ஒரு போதைப் பொருள், பழக்கமாயிருச்சுன்னா விடறது கஷ்டம். திடுதிப்புனு நட்ட நடு ராத்திரியிலே தோணும். பேசாம முத்தரசநல்லூரு திரும்பிப் போயிரலாம். காவேரில குளிக்கலாம். சம்பாதிச்சது போதும்னு. காலைல மனசு மாறிடும். நியூயார்க் அப்படிப்பட்டது. காந்தம் மாதிரி வருஷா வருஷம் மில்லியன் கணக்கில் ஜனங்க வராங்க. திரும்பிப் போறவங்க கொஞ்சம். இந்த நகரத்தில் இல்லாத சொர்க்கம் இல்லை. இங்கு இல்லாத சாக்கடை இல்லை. ஆனா விட்டுட்டுப் போறது ரொம்பக் கஷ்டம்".

சொர்க்கபுரியிலும் வழிப்பறி உண்டு. ரகுபதிக்கு அது அனுபவமானது ரயில் வரக் காத்திருந்த நிலத்தடி ஸப்வேயில். நியூயார்க்கின் கரிய முகம் அது.

நான்கு கறுப்பு இனத்தவர் காத்திருந்தார்கள், அவர்களில் ஒருவன் ரகுபதியின் அருகில் வந்து, "ஹே மான்! கிவ் மி எ டாலர்" என்றான். ரகுபதி அவன் என்ன கேட்கிறான் என்று புரியாமல் விழித்தபோது மற்றொருத்தன் அவன் பையைத் தடவினான். இன்னொருத்தன் அவனை உலுக்கினான். கீழே பிளாட்பாரத்தில் சில்லறை சிதற, அதற்குள் ரயில் வந்துவிட, மூவரும் தானாகத் திறந்த கதவுகளில் நுழைந்து உள்ளே சென்று ஜன்னல் வழியாக அவனைப் பார்த்துச் சிரித்தார்கள். ரகுபதி செயலற்றுப்போய் வண்டியில் ஏறிக் கொள்ளத் தைரியமில்லாமல், கீழே

கிடந்த நாணயங்களைப் பொறுக்கிக் கொண்டிருந்தபோது அவனிடம் இருந்த டாலர் நோட்டுகள் அத்தனையும் பறிபோயிருப்பதை உணர்ந்தான்.ஒரு பெஞ்சில் உட்கார்ந்து அழுதான்.

ஊரும் நாடும் பிடிக்காமல் போக, இந்தியா திரும்ப வேண்டும் என்று பிடிவாதம் வருகிறது. இதுவும் புதிதாகக் குடியேறுகிறவர்களில் பலருக்கும் ஏற்படும் அனுபவம்

"எனக்கு அமெரிக்கா வேணாம். எல்லாத்திலேயும் மாமிசம். இந்த ஊர் மாமிசம் ஒத்துக்காது போல. ஒரு டேஸ்டும் இல்லே. கிளாஸ்லே மத்தவங்க கலாட்டா பண்றாங்க. நாற்காலியை இழுத்துவிட்டு வேடிக்கை பாக்கறாங்க. இந்த மாதிரியே தினம் தினம் இருந்தா என்னாலே தாங்க முடியாது."

"தினம் அப்படி இருக்கும்னு எப்படி நீ தீர்மானிக்க முடியும்? நல்லது பொல்லாதது எல்லாம் இருக்குப்பா இங்கே. நீ அணுகறப்போ பொல்லாததைத் தவிர்க்கக் கத்துக்கணும். ஸப்வே-ல வந்தே. அந்த அனுபவம் ஏற்பட்டது. அதுக்காக ஸப்வேயை நிராகரிக்க முடியாது. கொஞ்சம் எச்சரிக்கை போதும். நான் எல்லாம் சொல்லித் தரேன். கவலைப்படாதே. அதுக்காக இந்த சொர்க்கபுரியைத் தொட்டுப் பார்க்காமலேயே டாட்டா காட்டிட்டுப் போறேன்னு சொல்லாதே. நீ பார்க்க வேண்டிய நல்ல விஷயங்கள் இன்னும் எத்தனையோ இருக்கு"

இப்படி நம்பிக்கையூட்ட நண்பர்களோ உறவினர்களோ இல்லாவிட்டால் சொந்த அனுபவத்தில் இன்னும் கொஞ்ச நாள் போய் இப்படிப் படும். யாரும் திரும்பி வருவதில்லை.

ரகுபதி சந்திக்கும் முதல் அமெரிக்காவாழ் தமிழர் கூட்டம் இது :

இந்தியர்கள் பலர் தியேட்டர் ·வாசலில் காத்திருந்தனர். குழந்தைகள் ஊடாடின. அமெரிக்க ஆங்கிலத்தில் பேசிக்கொண்டு இந்திய டாக்டர்கள் கோக் உறிஞ்சிக் கொண்டிருந்தார்கள். மனைவிகள் பட்டுப் புடவையில் உலவினார்கள். ஐந்து டாலர் கொடுத்து உள்ளே போய் உட்கார செக்ரட்ரி வீடியோவை அமைத்துக் கொண்டிருக்க, அதிலிருந்து கூச்சல் ஒலி கேட்க, திரையை விலக்கி ஒரு குழந்தை எட்டிப் பார்க்க, சிறுவர்கள் காரிடாரில் ஒருவரை ஒருவர் துரத்திக்கொண்டு ஓட, ரகுபதிக்கு மறுபடி இந்தியா வந்துவிட்ட மாதிரி இருந்தது. மிருதங்கம் நியூயார்க்கில் சுருதி சேர மறுத்தது. பாட வந்த அம்மாள் ஸ்ட்ரெப்ஸில்

விழுங்கிக் கனைத்துக் கொண்டிருக்க, கச்சிதமான இரண்டு ஆந்திரப் பெண்கள்

‘பாரிஜாத புஷ்பம் சத்தியபாமா’ என்று தெலுங்கில் ஏதோ பாடிக்கொண்டு ஆடினார்கள்.

மேடையில் மானசீகக் கிருஷ்ணரை ‘குளிக்க வா’ என்று கெஞ்சிக் கொண்டிருந்தாள் நடனி.

“வாட்ஸ் ஷி ஆஸ்கிங்?” என்றது அமெரிக்காவில் வளர்ந்த ஒரு தமிழ்க் குழந்தை.

“ஷீ இஸ் ஆஸ்கிங் கிஷ்ணா டு கம் ஃபார் பாத்”

“ஹு இஸ் கிஷ்ணா?”

“இதுக்குத்தான் அமர் சித்ர கதா மாதிரி ஏதாவது வாங்கிக் கொடுங்கோன்னு சொல்றேன். கிருஷ்ணா யாருன்னு கேக்கறது.. ரோலிங் ஸ்டோன்ஸ் யாருன்னு கேட்டா பதில் சொல்றது”.

ரகுபதி அமெரிக்காவுக்கு எம்.பி.ஏ படிக்க வந்திருக்கிறான். அதை மற்ற எல்லோரும் நல்ல தேர்வாகச் சொல்லும்போது, மதுமிதாவின் கணவன் ராதாகிருஷ் அதைப் பற்றி மாற்று அபிப்பிராயம் சொல்கிறான். 1980-களில் அவன் சொன்ன அந்த மாற்று அபிப்பிராயம் உண்மைதான் என்று அடுத்து வந்த காலம் நிரூபித்தது.

எம்.பி.ஏ பண்றியாமே? எம்.பி.ஏ எல்லாம் இப்ப இங்க யூஸ்லஸ்ப்பா. பிஎச்டி-க்குத்தான் கொஞ்சம் மவுசு இருக்கு. ரொம்ப ரிஸஷன். டிவி பார்த்தே இல்லை? அன் எம்ப்ளாய்மெண்ட் ஃபிகர் பதினொரு பர்ஸண்ட்! டிப்ரஷன் டயத்தில் கூட அப்படி இருந்ததில்லை. கம்ப்யூட்டர் ஸாஃப்ட்வேர் கத்துக்க. அதுக்குத்தான் இப்ப கொஞ்சம் சான்ஸ் இருக்கு.

ஒரு அமெரிக்க இந்தியர் மற்றொருவரைப் பார்க்கும் விதம் பற்றி:

புத்தகக் கடையில் புத்தகங்களுக்குப் பணம் கொடுக்கும்போது கவுண்டரில் வேலை செய்து கொண்டிருந்தது இந்தியப் பெண் என்று தெரிந்தது. தலையை வாராமல் அகல விரித்துக்கொண்டு அமெரிக்கர்களைப் போல் ஆங்கிலம் பேச முயன்று கொண்டு சதா மென்று கொண்டு எதற்காக இந்தப் பாசாங்கு? இந்தப் பெண் இங்கேயே

பிறந்து வளர்ந்தவளா? அப்படியே இருந்தாலும் எதற்காகத் தன் அடையாளம் அத்தனையும் மாற்றிக் கொள்ள அவசரப்பட வேண்டும்? என்னை மற்றோர் இந்தியனாக ஒரு வித போட்டிக்காரனாகத்தான் பார்க்கிறாள். கண்களில் வெறுப்பு தெரிகிறது. இங்கு வந்து சேர்ந்த இந்தியர்கள் மட்டும் தான் இப்படி இருக்கிறார்களா?

கலாச்சாரப் பரிமாற்றம் அமெரிக்காவில் எப்படி இருக்கிறது?

"என் ஃப்ரண்ட் ராமசாமின்னு இருக்கான். வெள்ளைக்காரியைத்தான் கட்டிக்கிட்டான். அவ வத்தக் குழம்பெல்லாம் பண்றா. வெள்ளிக்கிழமை மஞ்சள் பூசிக் குளிச்சு, சாமி படத்துக்கு முன்னால கோலம் போட்டு, ஸ்லோகம் எல்லாம் இங்க்லீஷிலே எழுதி வைச்சுக்கிட்டு மனப்பாடம் பண்ணிட்டா!"

"இது பாசாங்கு சார்"

"ஏன் நாம அவங்க மாதிரி பாசாங்கு பண்ணலியா?"

"என்ன இருந்தாலும் நாம் அவங்க கிட்டேருந்து மாறுபட்டவங்க தான். அவங்க கூட இண்டர்ஃபியர் பண்ணாம நம்மால இங்க ரொம்ப சுகமா வாழ முடியும். ஆனா, கல்ச்சர் ரொம்ப வேறுபட்டது. நம்ம கல்ச்சர் வேற அவங்க கல்ச்சர் வேற"

அமெரிக்காவில் வசித்தாலும், தன் மகளை இந்தியப் பெண்ணாக வளர்த்ததாகப் பெருமைப்படும் அமெரிக்க இந்திய அப்பா . இந்தியத் தன்மையை வரையறை செய்வது இப்படி:

அவ இந்தியப் பெண் தான். நம்ம டிரடிஷன் எல்லாத்திலேயும் அவளுக்கு இண்ட்ரஸ்ட். கர்னாடக சங்கீதத்தில ராகம் எல்லாம் கண்டுபிடிப்பா. தமிழ் வாசிப்பா தெரியுமா? விகடன், கல்கி எல்லாம் வாசிக்கறா, தெரியுமோ?

அமெரிக்க இந்தியர்களுக்குள் புதிய ஜாதிப் பிரிவினையாக சுஜாதா காட்டுவது இது :

"மதுமிதா ராதா ஃபாமிலிங்கறது வேற கிளாஸ். அப்பர் கிளாஸ். அவா எல்லாம் நம்மோடு சேர்த்தியில்லை. அது வேறு உலகம்"

"இங்கே கூட அந்த மாதிரி இருக்கா என்ன?"

“இல்லாம? வருஷத்துக்கு ஹண்ட்ரட் ‘கே’க்கு மேலே பண்றவங்க எல்லாம் அந்த ஜாதி”

ஆக, வருடத்துக்கு லட்சம் டாலருக்கு மேல் வருமானம் இருந்தால் புது சமூக அமைப்பில் அவர்கள் உயர்ஜாதி!

பிரிவோம் சந்திப்போம் நாவலை சுஜாதா எழுதியது கம்ப்யூட்டர்கள் அறிமுகமாகிக் கொண்டிருந்த 1980-களில்.

“நான் ஆப்பரேட் பண்ணறேனே கம்ப்யூட்டர். அதை இன்னும் மார்டனைஸ் பண்ணா லெட்டர் எழுதற தேவையே இல்லாமப் பண்ணிருவாங்க. லெட்டர் எழுதி போஸ்ட் பண்றதை விட இந்த ஆபீஸ் கம்ப்யூட்டர் அந்த ஆபீஸ் கம்ப்யூட்டரைக் கூப்ட்டுத் தகவலைக் காட்டிறலாமில்லை? அது மாதிரி நெட்வொர்க்கிங்க்னு என்னவோ விந்தைகள் எல்லாம் செய்துகிட்டு இருக்காங்க. ஸாட்டிலைட் பிஸினஸ் ஸிஸ்டம்ஸ்னு ஒரு வீட்டு மாடியிலேயே ஸாட்டிலைட் ஆண்டென்னா வெச்சிறப் போறாங்களாம். இங்கிருந்து யூரோப்புக்கு நேராவே ப்ரைவேட்டா கம்ப்யூட்டர் தொடர்பு வச்சுக்கலாம். ஒரு காலத்தில் பேப்பர்ங்கிறதே போயிரப் போவுது. அமெரிக்காவில். அதே போல பேப்பர் மணி. பேப்பர் இல்லாட்ட புத்தகம் இல்லை. புத்தகம் இல்லாட்டி எழுத்தாளர்கள் இல்லை”.

“இதெல்லாம் இந்தியாவிலே இல்லை”.

“அங்கே வரக் கொஞ்ச நாளாகும்”.

அவர் தீர்க்கதரிசனம் அந்த நாவலின் அச்சு மை உலர்வதற்கு முன் பலித்து விட்டது. உலக மயமாதலும், அமெரிக்காவுக்கும், ஐரோப்பாவுக்கும் திறமை இங்கிருந்து ஏற்றுமதி ஆக, சமூக, பொருளாதார, தனிமனித, குடும்ப வாழ்க்கை சார்ந்த மாறுதல்கள் ஏற்படுவதும் வேகமெடுத்தது அப்போது தான்.

13 – திருமதி சுஜாதாவோடு நேர்காணல்

(அக்டோபர் 20, 2018, சனிக்கிழமை)

அபூர்வமான ஒரு வசந்தகாலப் பகலில் திருமதி சுஜாதா அவர்களைச் சந்தித்தேன். இதற்கு முன் பல முறை 'சுஜாதா' ரங்கராஜன் அவர்களைச் சந்திக்கப் போனபோது கூடவே அவரையும் சந்தித்திருக்கிறேன். 'சுஜாதா'வை விட அதிகமாக, சுவாரசியமாகப் பேசக் கூடியவர் அவருடைய திருமதி. 'சுஜாதா'வோ, எழுத்தில் மட்டும் சுவை தட்டுப்பட்டும் என்று வைத்துக் கொண்டவர். 'என்னை சும்மா விட்டால் நான் போய் என் வேலையைப் பார்ப்பேன்' என்று அறிவிக்கும் உடல்மொழியும் சங்கோஜமுமாகப் பேச வேண்டிய அளவு மட்டும் பேசி, உட்கார்ந்திருப்பது அவர் வழக்கம்.

இந்த முறை 'சுஜாதா' இல்லாமல் திருமதி சுஜாதாவை மட்டும் சந்திக்கிறேன். மனதில் கனமான ஒரு சோகம் கவிய, அவர் வருவதற்காகக் காத்திருந்தேன். வந்தார். அவர் இயல்பாகத் தான் இருந்தார். துணைவர் காலமான துக்கத்தை மனதில் பத்தாண்டு சுமந்து பழகியவராக, சோகத்தைக் கொஞ்சமும் வெளிப்படுத்தாத மலர்ந்த முகத்தோடு வந்தார் அவர். நீண்ட உரையாடலில் திருமதி சுஜாதா பகிர்ந்து கொண்டது இது -

'சுஜாதா'வின் பூர்வீகம்

'சுஜாதா' ரங்கராஜன் குடும்பம் வட ஆற்காடு மாவட்டம் பிள்ளைப்பாக்கம் கிராமத்தை பூர்வீக வசிப்பிடமாகக் கொண்டது. அவருடைய தகப்பனார் அந்தக்கால மதராஸ் மாகாண எலக்ட்ரிசிட்டி போர்டில் தலைமைப் பொறியாளராக இருந்தவர்.

அவருடைய தாயார் பெயர் கண்ணம்மாள். தாய்வழிப் பாட்டனார் பெயர் சிங்கம் ஐயங்கார். குவளகுடி என்ற கிராமத்தில் நிலச் சுவான்தாராக இருந்தவர்.

'சுஜாதா'வின் தாய்வழி, தந்தைவழிப் பாட்டனார்கள் மற்றும் பாட்டிகள் ஸ்ரீரங்கத்தில் பல காலம் வசித்தவர்கள்.

‘சுஜாதா’வின் தந்தைவழிப் பாட்டனார் ஆசிரியப் பணி புரிந்தவர். ‘சுஜாதா’வின் தந்தையாருக்கு மின் வாரியத்தில் பணி கிட்டியபோது ‘சுஜாதா’வின் தந்தையார் தம் துணைவியோடு சென்னை, திருவல்லிக்கேணிக்குக் குடிபெயர்ந்தார். அவர் கட்டுப்பாட்டிலும் ஒழுங்கிலும் மிகுந்த நம்பிக்கை உள்ளவராக இருந்தார். விரைவில் சினமடையும் குணம் மிகுந்தவர். வந்ததுபோல் உடனே மடியும் சினம் அது.

‘சுஜாதா’ சென்னையில் *1935*-ம் ஆண்டு பிறந்தார். அடிக்கடி பணியிட மாற்றமாகப் போக வேண்டியிருக்கும் என்பதால் ‘சுஜாதா’ சென்னையில் இருந்து ஸ்ரீரங்கத்துக்குத் தன் தந்தையார்வழிப் பாட்டியின் பராமரிப்பில் வளர, அங்கே அனுப்பப் பட்டார்.

‘சுஜாதா’வின் தந்தைவழிப் பாட்டனார், ‘சுஜாதா’ பிறந்த சின்னாட்களில் இறந்ததால், பாட்டிக்கு ‘சுஜாதா’ மேல் காரணம் இல்லாத வெறுப்பு சற்றே இருந்தது. எனினும் சிறுவன் ‘சுஜாதா’ தன்னிடம் இருந்து வளர வந்ததும், அந்த மூதாட்டி ‘சுஜாதா’ மேல் அன்பையும் பரிவையும் கொட்டி வளர்த்தார்.

எளிமையான வாழ்க்கை, ஸ்ரீரங்கம் அரங்கன் மேல் மாறாத பக்தி, நாலாயிரத் திவ்யப் பிரபந்தத்தில் குன்றாத ஆர்வம் - இவற்றை நற்பண்புகளாக ‘சுஜாதா’ தம் தந்தைவழிப் பாட்டியிடமிருந்து பெற்றார். ‘பிரசாதம்’ என்று வைணவத் தமிழ்க் குழுக்குறியால் வழங்கப்படும் பச்சரிசிச் சாதம், கறியமுது என்ற வதக்கிய காய்கறி (வாழைக்காய்ப் பொரியல் போல), சாற்றமுது என்ற ரசம், தயிரமது என்ற தயிர்சாதம். இவையே பாட்டிவழி ரசனையாக சுஜாதாவுக்குப் பிடித்த உணவாக எப்போதும் இருந்தது என்கிறார் திருமதி சுஜாதா.

ஸ்ரீரங்கத்தில் ‘சுஜாதா’வின் தந்தைவழி மற்றும் தாய்வழிப் பாட்டிகள் வசித்து வந்த வீடுகள் அடுத்தடுத்த தெருக்களில் அமைந்தவை. ‘சுஜாதா’ இரண்டு வீட்டிலும் இருந்து ஓடித் திரிந்தாலும், தந்தைவழிப் பாட்டியே அப்பா ஒப்படைத்த பொறுப்பை ஏற்று சுஜாதாவை வளர்த்தவர்.

திருமதி சுஜாதாவின் குடும்பம் சென்னையைச் சேர்ந்தது. அவருடைய தகப்பனார் எலக்ட்ரிசிட்டி போர்டில் உதவிப் பொறியாளராக, ’சுஜாதா’வின் தந்தையாரின் கீழ் பணி செய்தவர்.

'சுஜாதா' வைணவர்களில் ஒரு பிரிவான தென் கலை வைணவத்தைச் சார்ந்த குடும்பத்தில் தோன்றியவர். திருமதி சுஜாதா வடகலை வைணவர்.

'சுஜாதா' இயற்பியலிலும் சிறப்புக் கல்வி பெற்று மின்னணுத் துறையிலும் பட்டம் பெற்றவர். திருமதி சுஜாதா பொருளாதாரத்தில் பட்டம் பெற்றவர்.

சுஜாதா திருமணம்

'சுஜாதா'வின் தகப்பனார் தன் உப அதிகாரியான, திருமதி சுஜாதாவின் தகப்பனாரிடம், 'இவர்களின் திருமணத்தை நடத்தலாமே' என்று யோசனை தெரிவித்தார். இருவருக்குமே அந்த யோசனை பிடித்திருந்தது.

இரண்டு குடும்பங்களும் நன்கு பழகி நல்ல நட்பில் இருந்ததால் புதிய அறிமுகம் தேவைப்படாமல் போனது. எனினும் திருமதி சுஜாதா குடும்பத்தில் அவரை 'சுஜாதா'வின் மூத்த சகோதரருக்குத் திருமணம் செய்து தரச் சற்றே அதிகம் விருப்பம் இருந்தது.

'சுஜாதா' நடக்கும்போது சற்று முன்னால் சாய்ந்து நடப்பார். அவருடைய சகோதரர் நிமிர்ந்து நடப்பவர். இதுதான் அந்த விருப்பத்துக்குக் காரணம் - புன்சிரிப்போடு சொல்கிறார் திருமதி சுஜாதா.

'சுஜாதா' சற்றே முன்னால் சாய்ந்து நடந்ததற்கும் காரணம் சொல்கிறார் திருமதி சுஜாதா - ஸ்ரீரங்கத்து வீடுகள் எல்லாம் உயரம் குறைந்தவை. முக்கியமாக சமையலறை, பல அந்தக்கால வீடுகளில் குனிந்து தான் உள்ளே நுழைய வேண்டிய உயரத்தில் இருக்கும். அங்கே பழகிப் பழகி 'சுஜாதா' முதுகு வளைத்து நடக்கத் தொடங்கியிருக்கலாம்!

வருங்கால மாப்பிள்ளை பற்றி திருமதி சுஜாதா வீட்டாரின் கவனிப்பு இது என்றால், வருங்கால மருமகள் பற்றி, 'சுஜாதா' வீட்டில் கணிப்பு என்ன?

அவர்களுக்கு கேள்வியே கேட்காமல் பெண் பிடித்திருந்தது. வரதட்சணை வாங்கக் கூடாது, கொடுக்கக் கூடாது. ஆடம்பரம் இல்லாத,

வைதீகச் சடங்குகளை நிர்ணயித்தபடி செய்து நடக்கும் திருமணம் வேண்டும் என்று இரு வீடுகளும் மனமொத்துப் போனதால் மூத்தவர் சம்மதித்தனர்.

'சுஜாதா'வுக்கும் பெண் பிடித்திருந்தாலும் ஒரு தயக்கம். அவர் ஆறடி உயரமானவர். திருமதி சுஜாதா ஐந்தடி மூன்றங்குலம் தான் உயரம். இந்த ஏற்றத் தாழ்ச்சியோடு காலமெல்லாம் வாழ முடியுமா என்று அவர் அப்போது அதைப் பிரச்சனையாக இனம் கண்டு தீர்வு என்னவென்று குழம்பியிருந்ததைச் சொல்லி இத்தனை ஆண்டுகளுக்குப் பின் கலகலவென நகைக்கிறார் திருமதி சுஜாதா.

எப்படியோ கல்யாணம் சிறப்பாக நடந்து முடிந்தது. என்றாலும் எங்கேயாவது புதுமனைவியோடு போக வேண்டி வந்தால், 'சுஜாதா' நாலடி முன்னால் நடப்பார். குள்ளமான மனைவியோடு நடப்பதை எத்தனை நாள் அப்படித் தவிர்ப்பது? இரண்டு மனங்களும் படிப்படியாக உடன்பட, உயரப் பிரச்சனை ஒருவழியாக ஒன்றுமில்லாமல் போனது.

'சுஜாதா'வும் குடும்பமும்

'சுஜாதா'வுக்கு தன் மனைவி மற்றும் இரண்டு புதல்வர்கள் மேலும் ஏனைய மத்தியமர் வர்க்கக் கணவர், தந்தை போல பாசம் உண்டு. ஆனால் அதை அவர் நாடகத்தனமாக ஒருபோதும் எங்கும் வெளிப்படுத்தியதில்லை. எப்போதும் எழுதுவதிலும், படிப்பதிலும் முழுமுனைப்பாக இருந்ததால், அப்படி வெளிப்படுத்த சந்தர்ப்பங்களும் குறைவாகவே ஏற்பட்டிருந்தன.

பிள்ளைகளின் பள்ளி, கல்லூரி தேர்வுகளின் போது பொறியியல், இயற்பியல் தேர்வுகளுக்கு ஆயத்தமாவதற்கு, ஒரு பொறியியலாளர் என்ற முறையில் உதவ அவர் பெரிதும் விரும்பினார். எனினும் தேர்வுக்கு முந்திய இரவில் தான் தேர்வு நடக்கப் போவது அவருக்கு நினைவுக்கு வரும். 'ஏதாவது புரியலேன்னா கேளுங்க, சொல்லித் தரேன்' என்று அவர் சொல்லும்போது, சொல்லவும் கேட்கவும் இனி நேரம் இருக்காது என்பதால் பிள்ளைகள், 'எல்லாமே தெரிந்த பாடம் தான் அப்பா. உதவி வேணாம்' என்று நாசுக்காக மறுத்து விடுவார்கள். திருமதி சுஜாதா சொல்வது இது.

"உங்களுக்கு வீட்டு வேலையில் உதவி செய்வாரா?" என்று கேட்டபோது "இல்லை" என்று வெள்ளந்தியாகப் பதில் சொன்னார் திருமதி சுஜாதா. "பாட்டி போட்டு வளர்த்த எளிமையான சாப்பாடு, அவ்வப்போது ஃபில்டர் காப்பி இது போதும் அவருக்கு. வேறே நல்ல சாப்பாடு மேல் எல்லாம் விருப்பம் இல்லை. இதைச் செய்துதர நானும் உதவியை எதிர்பார்த்து இருந்ததில்லை", என்கிறார் அவர்.

வேறு மாதிரி உதவி?

'சுஜாதா'வுக்கு பெங்களூரில் அரசு நிறுவன மேலதிகாரியாக உத்தியோகம். அது ஓய்வூதியம் இல்லாத பணியமைப்பு கொண்டது. 'சுஜாதா' உடல்நலம் கொஞ்சம் பாதிக்கப்பட்ட 1980-கள் காலகட்டத்தில் திருமதி சுஜாதா பிற்கால வாழ்வில் அவர் இல்லாத சூழல் உருவானால் எப்படி சமாளிப்பது என்று தீர யோசித்து முடிவு கண்டார். தன் பட்டப்படிப்பு - பி.ஏ எகனாமிக்ஸ் - பட்டம் போதாது என்று பட, முதுகலை பொருளாதாரப் புள்ளிவிவரயியல் பட்டம் (எம்.எஸ்ஸி ஸ்டேடிஸ்டிக்ஸ்) உயர்கல்வி பெறத் தீர்மானித்தார் அவர். மைசூர் பல்கலைக் கழகத்தின் பட்ட மேற்படிப்பு அது. மாணவர்கள் அஞ்சல் மூலம் கல்வி பெற வசதி. அவ்வப்போது கட்டாயமாக தொடர்பு வகுப்புகளுக்கு (காண்டாக்ட் க்ளாஸ்) செல்வது தேர்வு எழுதத் தகுதி ஈட்டித் தரும். பெங்களூரில் குடும்பத்தை விட்டுவிட்டு, இரண்டு வாரம் இந்த வகுப்புகளுக்காக மைசூரில் தங்க வேண்டி வந்தது திருமதி சுஜாதாவுக்கு.

'சுஜாதா' அவரிடம், "நீ போய்ட்டு வா, நான் சமாளிச்சுக்கறேன். ஆபீஸ் கேண்டீன் இருக்கு" என்று சொல்லிவிட்டார். பிள்ளைகளும் வீட்டுக்கு பக்கத்து உணவு விடுதியில் இரண்டு வாரம் சாப்பிட்டுக் கொள்வதாகச் சொல்லி விட்டார்கள். பெங்களூர் வீட்டில் ஒரு பாதி மனமும், மைசூர் வகுப்பில் மீதியுமாக திருமதி சுஜாதா இருந்து பாடம் கேட்க, வகுப்பறையில் ஜன்னலுக்கு வெளியே உயரத்தில் ஒரு தலை தெரிந்தது. 'சுஜாதா' தான்!

திருமதி சுஜாதா உடனே வெளியே வந்து பார்க்க, "மனசு கேட்கலே, வந்தேன்" என்று அவர் படைக்காத கதாபாத்திரம் போல மனம் திறந்து பேசினாராம் 'சுஜாதா'. 'இன்னும் ஒரு வாரத்தில் வந்துவிடுவேன். நீங்கள் கவலைப்படாமல் போங்கள்' என்று அனுப்பி வைத்தாராம் திருமதி. நெகிழ்ந்து சொல்கிறார்.

சுஜாதாவும் சொந்த ஊர்ப் பாசமும்

திருவல்லிக்கேணியில் பிறந்தாலும் மிகச் சிறிய வயதில் ஸ்ரீரங்கத்தில் வசிக்கப் போய்விட்டதால் 'சுஜாதா'வுக்கு ஸ்ரீரங்கம் நகர் மேலும், அரங்கன் திரு ஆலயத்திலும் தீவிரமான ஈர்ப்பு இருந்தது. என்றாலும் பணி ஓய்வு பெற்றதும் ஸ்ரீரங்கத்தில் போய் வசிக்காமல் அவர் சென்னையில் தான் வசித்தார். காரணம் என்ன? திருமதி சுஜாதா சொல்கிறார்.

'ஓய்வூதியம் வராத பெங்களூர் உத்தியோகம். ஓய்வு பெற்றபோது கிடைத்த தொகையை வைத்து பெரிதாகத் திட்டமிட முடியாது. அப்போது சென்னையில் ஒரு லட்சச் சுழற்சி தமிழ்ப் பத்திரிகை 'சுஜாதா'வை அணுகியது. அவர் ஆசிரியராக இருக்க, ஒரு புது தமிழ் அறிவியல் பத்திரிகை நடத்தி அவருக்கு நல்ல சம்பளமும் தர முன்வந்தது. அங்கே சேர்வதானால் அவர் ஸ்ரீரங்கக் கனவுகளைத் துறந்து சென்னையில் வசித்து வேலை பார்க்க வேண்டிய கட்டாயம். வாழ்வாதாரம் தொடர்பானது என்பதால் மனமே இன்றி, சென்னையில் வசிக்க அவர் முடிவெடுத்தார்.

அந்த அறிவியல் பத்திரிகை வெளியாகவே இல்லை. எனினும், இன்னொரு லட்சச் சுழற்சிப் பத்திரிகை, அவருக்கு ஆசிரியர் பதவியே கொடுக்க முன்வந்தது. அவர் 'குமுதம்' வார இதழின் ஆசிரியர் ஆனது அப்படித்தான். அப்புறம் திரைப்படங்களுக்கு திரைக்கதை, உரையாடல் எழுதும் வாய்ப்புகளும் தேடி வர, சென்னையை விட்டு அவர் அரங்கனை நோக்கி நகர முடியாமல் போய்விட்டது.

இதைச் சொல்லும்போது, திருமதி சுஜாதா குரலில் வருத்தம் தொனிக்கிறது.

சுஜாதாவின் இறுதி தினங்கள்

திருமதி சுஜாதா மௌனமாகிறார். சொற்களை மனதில் உச்சரித்துப் பார்த்து, ஒரு முழு வாழ்நாளை உருவாக்கி அமிழ்ந்து வெளியே வந்தும் வராமலும் மெல்லிய குரலில் சொல்கிறார் -

சென்னை வந்ததும் ஒன்றன் பிறகு மற்றொன்றாக, இருமுறை இதய அறுவை சிகிச்சை (பைபாஸ் சர்ஜரி) 'சுஜாதா'வுக்கு நடத்தப்பட்டது.

எனினும் அவருடைய இரு சிறுநீரகங்களும் பழுதடைந்து போக, அந்தத் துன்பத்தோடு நாட்களைக் கழிக்க வேண்டி வந்தது. தினமும் சில தேக்கரண்டிகள் அளவு தான் தண்ணீர் குடிக்கலாம் என்று மருத்துவர்கள் விதித்த கட்டுப்பாட்டைக் கடைப்பிடித்தபடி எழுதுவதையும் படிப்பதையும் நிறுத்தாமல் இயங்கினார் சுஜாதா. திவ்யப் பிரபந்தத்தில் மேலதிக ஈடுபாடு வந்தது அப்போது. பாசுரங்களை ஆழ்ந்து படிப்பதும், எழுத்தில் பகிர்ந்து கொள்வதுமாக அவருடைய இறுதி தினங்கள் கடந்து சென்றன. 2008 ஃபெப்ருவரி 27-ஆம் தேதி மருத்துவமனையில் காலமானார் 'சுஜாதா'.

திருமதி சுஜாதா கண்ணில் கண்ணீர் துளிர்க்கிறது. சிறு சிரிப்போடு கைகுவித்து விடை பெறுகிறார் அவர்.

(நிறைந்தது)